ஸ்ரீ அரவிந்தரும் மகாத்மா காநதயும

ஸ்ரீ அரவிந்தரும் மகாத்மா காந்தியும்

அ. மார்க்ஸ்

Title: Sree Aravindharum Mahatma Gandhiyum
Author's Name: A. Marx
Copyright © A. Marx
Published by Ezutthu Prachuram

Ezutthu Prachuram
(An imprint of Zero Degree Publishing)
No. 55(7), R Block, 6th Avenue,
Anna Nagar,
Chennai - 600 040

Website: www.zerodegreepublishing.com
E Mail id: zerodegreepublishing@gmail.com
Phone : 89250 61999

Ezutthu Prachuram First Edition: December 2022
ISBN: 978-93-95511-11-7
TITLE NO EP: 410

Cover Design & Layout: Vijayan, Creative Studio

தஞ்சை சரபோஜி கல்லூரியில் என்னுடன் பயின்று
குடும்பத்தின் முதல் பட்டதாரியாக வெளிப்பட்டு
எனக்கும் முன்பாக ஆசிரியனாகி
அரசளிக்கும் 'நல்லாசிரியர்' விருதுக்குப் பெருமை சேர்த்து
பணி ஓய்வு பெற்றபோது ஊர் மக்களால்
விழா எடுத்துப் பாராட்டப் பெற்ற
தந்தையின் பாரம்பரியமான சித்த வைத்தியத்திலும் தேர்ந்த
நட்பை இன்னும் தொடரும் என்

சண்முகத்திற்கு

பொருளடக்கம்

முன்னுரை

இந்திய சுதந்திரப் போராட்டத்தை நாம் மூன்று கட்டங்களாகப் பிரித்துப் பார்ப்பது அவசியம். 'முதல் சுதந்திரப் போர்' என இன்று நம்மாலும், 'சிப்பாய்க் கலகம்' என அன்றைய ஆங்கில அரசாலும் குறிப்பிடப்பட்ட பிரிட்டிஷ் ஆட்சிக்கு எதிரான முதற்கட்டப் போராட்டம் (1806) ஒன்று. வெறும் சிப்பாய்களின் எழுச்சியாக மட்டுமின்றி, ஒரு குறிப்பிட்ட அளவு அடித்தள மக்களும் (subalterns) பங்கேற்ற ஒன்றாகவும் இன்று அது அடையாளம் காணப்படுகிறது. வங்கப் பிரிவினையை ஒட்டி (1905) இந்தியத் துணைக் கண்டத்தில் எழுந்த எழுச்சியை நாம் இரண்டாவது கட்டமாகக் கருத வேண்டும். ஸ்ரீஅரவிந்தர், பால கங்காதர திலகர் முதலானோரின் காலம் அது. இளைஞர்கள் வெள்ளை ஏகாதிபத்தியத்தின் அதிகாரிகளைக் கொன்று, கையில் பகவத் கீதையுடன் தூக்கு மேடை ஏறிய காலம் அது. மூன்றாவது கட்டம், மகாத்மா காந்தியின் இந்திய வருகை (1916). இது ஜாலியன் வாலாபாக் மற்றும் கிலாஃபத் போராட்டம், சம்ப்ரான் எழுச்சி முதலான போராட்டங்களோடு எழுந்தது. கிட்டத்தட்ட அடுத்த முப்பதாண்டுகள் - இங்கு காந்தி யுகமாக இருந்தது என்பது மிகைப்படுத்திச் சொல்லப்படும் கூற்றல்ல; மூன்று முக்கியமான அம்சங்கள் இந்தக் காலகட்டத்தில் குறிப்பிடத்தக்கன.

ஒன்று: ஏதோ ஒரு சிலர் துப்பாக்கி ஏந்தி பிரிட்டிஷ் அதிகாரிகளைக் கொல்வதன் ஊடாக வெள்ளை ஆட்சியை வீழ்த்துவது என்கிற இடத்தில் 'அகிம்சை' எனும் கோட்பாட்டை

முன்வைத்து பெரும்திரளான மக்களைக் களத்தில் இறக்கும் போராட்டமாக அது அமைந்தது. காந்தியால் அதைச் சாதிக்க முடிந்தது.

இரண்டு: முற்றிலும் வன்முறை தவிர்க்கப்பட்ட ஒரு போராட்டமாக அது அமைந்ததால், பெரிய அளவில் ஆண்கள் மட்டுமின்றிப் பெண்களும் களம் காணும் போராட்டமாக அது அமைந்தது.

மூன்று: பாகிஸ்தானும் அன்று இந்தியத் துணைக் கண்டத்தின் அங்கமாக இருந்த நிலையில், இந்து முஸ்லிம் ஒற்றுமையை வற்புறுத்திய ஒரு போராட்டமாகவும் அது இருந்தது.

இந்தக் குறு நூல் ஸ்ரீ அரவிந்தரை முன்வைத்து இந்த இரண்டாம் கட்டப் போராட்டத்தின் ஒரு வெளிப்பாட்டை விரிவாக விளக்குகிறது. கட்டுரையின் இறுதிக் கட்டத்தில்தான் மூன்றாம் கட்டத்தின் நாயகனான மகாத்மா காந்தி இந்தக் குறு நூலில் இடம் பெறுகிறார். முதற் கட்டத்தின் முக்கிய நாயகர்களில் ஒருவரான அரவிந்தரை காந்தி சந்திக்க முயன்றபோது, அதை எத்தனை மூர்க்கமாக அவர் இறுதிவரை மறுத்தார் என்பது விரிவான ஆதாரங்களுடன் இங்கே விளக்கப்படுகிறது. மகான் அரவிந்தருக்கு, காந்தி மீது அத்தனை வெறுப்பு ஏன்?

சீனி விசுவநாதனின் "பாரதியின் காலவரிசைப்படுத்தப்பட்ட படைப்புகள்" நான்காவது தொகுப்பில் பாரதியின் பதிவு ஒன்று உள்ளது. ஸ்ரீமான் அரவிந்த கோஷ் தனது பத்தினிக்கு எழுதிய இரண்டு கடிதங்கள். ஒன்று ஒன்பது பக்கங்கள்; மற்றது 3 பக்கங்கள். முன்னது 1905லும், மற்றது 1907லும் எழுதப்பட்டவை.

இக்காலகட்டத்தில் அரவிந்தர் மனைவிக்கு எழுதிய கடிதங்கள், காந்தியை அவர் எதிர்கொண்ட விதங்கள் முதலியன விடுதலைப் போராட்டத்தை இவர்கள் தங்களின் ஆன்மீக நெறிகளிலிருந்து வேறுபடுத்திப் பார்க்கவில்லை என்பதற்குச் சாட்சிகளாக அமைகின்றன. இறைக் கடமையும் அரசியலும் அவர்களுக்கு ஒன்றாகவே இருந்தன. கைத்துப்பாக்கிகளும், மானிக் டோலாவில் அவர்கள் தயாரித்த வெடிகுண்டுகளும் அவர்களுக்கு வெறும் ஆயுதங்கள் அல்ல; அவையே

அவர்களின் புனிதங்கள் என்றால், காட்டிக் கொடுத்தவனைச் செய்கிற கொலை அல்ல அது. அவர்களின் புனித பலி அது. தம் நம்பிக்கை சார்ந்த கடமைகளை நிறைவேற்றுவது. மானிக்டோலா வெடிகுண்டுகளோ இல்லை சிறைச்சாலைப் படுகொலையோ, அரவிந்தருக்குத் தெரியாமல் நடந்ததல்ல. பகவத் கீதையையும் கைத்துப்பாக்கிகளையும் இரண்டையுமே அவர்கள் புனிதங்களாகவே கொண்டனர். தூக்கு மேடை ஏறுமுன், தங்களின் கடைசி விருப்பமாக முன்னதாகத் துப்பாக்கி தூக்கிய தன் கைகளில் கீதையை வைத்துக்கொள்ள வேண்டும் என குதிராம் போஸ்கள் வேண்டினர். தலைவர்கள், கீதா இரகஸ்யங்களை விண்டுரைத்தனர். யார்தான் அன்று கீதைக்கு உரை எழுதவில்லை? அது அவர்களின் மதக் கடமையாக மட்டும் இருக்கவில்லை; அவர்களின் அரசியல் திட்டமாகவும் இருந்தது. அது பாலகங்காதர திலகர், அரவிந்தர், விபின் சந்திரர், லஜபதி ராய்களின் காலம். கோகலேக்கள் 'மிதவாதி'களாகக் கருதப்பட்ட காலம்.

அப்போதுதான் காந்தியுகம் விடிகிறது. அது, முற்றிலும் வேறானது. வேறானது மட்டுமல்ல; அது மிகவும் நவீனமானது. இது உங்களுக்கு அதிர்ச்சியாக இருக்கலாம். ஆனால், அதுதான் உண்மை. காந்தி மிக்கவும் நவீனமானவர். மிகவும் நவீனமாகச் சிந்தித்தவர். அவரது சீடர் நேரு. இன்றளவும் சனாதனிகளால் முதல் எதிரியாகக் கருதப்படுபவர். எல்லா அம்சங்களிலும் ஆக நவீனமாக வாழ்ந்தவர். காந்தியின் சட்டை போடாத மேனியையும், அவர் தினம் சுற்றிய ராட்டையையும் பழமையின் அடையாளம் எனக் கருதினால், நாம்தான் மடையர்கள்!

அந்தக் காலகட்டத்தைச் சரியாகப் புரிந்துகொள்ள இந்தக் குறு நூல் உங்களுக்குப் பயன்படும் என நம்புகிறேன்.

வழக்கம்போல இக்குறு நூலை, விரைவாகவும் சிறப்பாகவும் அச்சிட்டு வெளியிடும் 'சீரோ டிகிரி' குழுவினருக்கு என் அன்பும் நன்றிகளும்.

அ.மார்க்ஸ்

நவம்பர் 24, 2022

1. ஐரோப்பாவிலிருந்து அலிப்பூர் சிறை நோக்கி...

அரவிந்த கோஷ் ஸ்ரீ அரவிந்தராகப் பரிணமித்ததில் அவரது ஓராண்டு அலிப்பூர் சிறைவாசம் ஒரு முக்கியப் பங்கு வகித்துள்ளது. அரவிந்தரின் மானிக்டோலா தோட்டத்தில் நடந்த அந்தப் புகழ்பெற்ற வெடிகுண்டு விபத்து, அங்கு சிதறிக் கிடந்த கீதைப் பிரதிகள் ஆகியன குறித்து நான் நிறைய எழுதியுள்ளேன். அன்று பெரிய அளவில் பிரிட்டிஷ் அதிகாரிகள் வெடிகுண்டுகள் வீசிக் கொல்லப்பட்டுக் கொண்டிருந்தனர். அப்படியான ஒரு தாக்குதலில் முஜபர்பூர் என்னும் இடத்தில் இரண்டு ஐரோப்பியப் பெண்கள் கொல்லப்பட்டனர். இந்த வழக்குகளின் பின்னணியில்தான் அரவிந்த கோஷூம் அவரது தம்பி பரீன் கோஷூம் இன்னும் பலரும் கைது செய்யப்பட்டனர். பிரதான குற்றவாளி அரவிந்த் கோஷ்தான்.

அலிப்பூர் சிறையில் அவர் இருந்த ஓராண்டுச் சிறை அனுபவங்கள், ஆங்கிலேய அரசு அவர்களின் வழக்கை நடத்திய விதம், சென்னையிலிருந்து வரவழைக்கப்பட்ட அன்றைய புகழ்பெற்ற வழக்குரைஞர் நார்டன் துறை அவ்வழக்கைக்

கொண்டுசென்ற விதம், அரவிந்தரின் தனிமைச் சிறைவாசம் அவரிடம் ஏற்படுத்திய மாற்றங்கள் ஆகியவற்றைச் சொல்லும் ஒரு க்ரவுன் சைஸ் 131 பக்க நூல்தான் ஸ்ரீ அரவிந்தரின் 'எனது சிறைவாசம்'.

எப்போதோ புதுவையில் அரவிந்தாசிரமம் சென்றபோது வாங்கி வைத்த நூல். எதையோ தேடும்போது எதுவோ கிடைப்பதும், தேடியதை மறந்துவிட்டு அதையே படிப்பதும் வழக்கமாகிப்போன நிலையில் ஒரே மூச்சில் இன்று அதைப் படித்து முடித்தேன்.

என்னைப் பொருத்தமட்டில் அது ஒரு மிகச் சுவையான நூலாக மட்டுமல்ல; மிக முக்கியமான நூலாகவும் பட்டது. அரவிந்தர் மட்டுமின்றி, அவரது கால தேச பக்தர்கள் 'இந்திய தேசம்' என்கிற கருத்தாக்கத்தை எவ்வாறு புனைந்து கொண்டார்கள்? இந்தியாவின் தனித்துவத்தை அவர்கள் எவ்வாறு உணர்ந்து கொண்டனர்? இந்திய தேசப் பெருமை இங்கு எவ்வாறு இனங்கொள்ளப்பட்டது என்பவற்றை எல்லாம் புரிந்துகொள்ள ஒரு முக்கிய ஆவணமாகவும் அது எனக்குப் பட்டதால், அதை இங்கு உங்களோடு பகிர்ந்து கொள்கிறேன்.

"அரசு அளித்த அந்த ஓராண்டுச் சிறைவாசம் தனக்குத் தீமையை விளைவிப்பதையே உள்நோக்கமாகக் கொண்டாலும், தனக்கு விளைந்ததென்னவோ நன்மையே!" என்கிறார் அரவிந்தர். அது வேறொன்றுமில்லை: "தான் இறைவனை அடைந்ததுதான் அந்தச் சிறைவாசத்தின் ஒரே பயன்" என்கிறார்.

"சிறைவாசத்தில் என் அகவாழ்வின் வரலாற்றை எழுதுவது இக்கட்டுரையின் உத்தேசமில்லை; புற விவரங்கள் சிலவற்றையே தரப் போகிறேன்" என அவர் முன்னுரைத்த போதும், அந்தச் சிறைவாசம் எப்படித் தனக்கொரு அகமாற்றத்தைத் தந்தது என்பதை அவர் விரிவாகச் சொல்கிறார்.

மிகப்பெரும் ஆன்மீகவாதியாக அறியப்பெறும் அரவிந்தர், மிகவும் நகைச்சுவை உணர்வு மிக்கவராகவும் இதில்

வெளிப்படுகிறார். தமது குழுவில் ஒருவர் அரசுத் தரப்பு சாட்சியாக மாறியுள்ளதைப் புரிந்துகொண்ட அவர்கள், அந்த நபரை எவ்வாறு கையாண்டனர் என்பதை அத்தனை நகைச்சுவையுடன் அறிமுகம் செய்யும் அரவிந்தர், இறுதியில் அந்த வழக்குத் தீர்ப்பு எவ்வாறு அமைந்தது என்பது குறித்தெல்லாம் எழுதுவதற்கு ச்ரத்தை காட்டவில்லை. மாறாக, இந்தியர்கள் எவ்வாறு ஐரோப்பியர்களிடமிருந்து சாராம்ச ரீதியாக வேறுபட்டுள்ளனர் என்பதை, தான் உணர்ந்த அனுபவத்துடன் விரிவாகச் சொல்வதோடு இக் குறு நூல் நிறைவுறுகிறது.

இந்தியர்களின் மேன்மைகளையும், தனித்துவங்களையும் குறித்து அரவிந்தர் சொல்பவற்றைச் சற்று விரிவாகக் காண்போம்.

2. குறி தவறிய குண்டுகளும்,
கொல்லப்பட்ட அப்பாவிப் பெண்களும்..!

ஸ்ரீ அரவிந்தர் தனது சிறைவாச அனுபவங்கள் மற்றும் அதனூடாக அவர் அடைந்த ஆன்மீக அனுபவங்கள் ஆகியன குறித்துச் சொல்வதைப் பார்க்குமுன், அன்று இந்தியத் துணைக்கண்டத்தை மட்டுமல்ல; பிரிட்டிஷ் ஏகாதிபத்தையே அதிர்ச்சிக்குள்ளாக்கிய அந்த வெடிகுண்டு வழக்கு குறித்து வரலாறு என்ன சொல்கிறது என்பதைத் தொகுத்துக் கொள்வோம்.

பிரிட்டிஷ் ஆட்சிக்கு எதிரான சுதந்திர வேட்கை இங்கு ஒரு பண்பு மாற்றத்தை எட்டிய நிகழ்வு குறித்து, மகாகவி பாரதி கூறிய அந்தப் புகழ்பெற்ற வாசகங்களை அவ்வளவு எளிதாக நாம் மறந்துவிட இயலாது. 1906-ல் அன்றைய பிரிட்டிஷ் ஆளுநர் கர்சான், வங்கத்தை மேற்கு வங்கம் (இந்து வங்கம்) எனவும் கிழக்கு வங்கம் (முஸ்லிம் வங்கம்) எனவும் பிரித்ததை ஒட்டி பிரிட்டிஷ் ஆட்சிக்கு எதிரான கடுமையான எதிர்ப்பும் மிகப் பெரிய எழுச்சியும் இந்தியத் துணைக் கண்டம் முழுமையும் ஏற்பட்டது.

"சென்ற சுபகிருது வருஷத்திலே பாரத நாட்டில், ஸர்வ மூலாதாரமாகிய தேசபக்தி என்ற நவீன மார்க்கம் தோன்றியது. நல்லோர்கள் சிந்தையை எல்லாம் புளகிக்கச் செய்தது" என பாரதி இதைக் கொண்டாடுவதை நீங்கள் வாசித்திருக்கக் கூடும்.

பிரிட்டிஷ் ஆட்சியை எதிர்த்த ஒரு தீவிரமான போராட்டம், அதற்காக உயிர், உடைமை அனைத்தையும் இழத்தல் என்பதெல்லாம் ஓர் இலட்சிய நோக்கமாக மட்டுமல்லாமல், ஒரு புனிதக் கடமையாகவும் உருப்பெற்றது இந்தப் பின்னணியில்தான். அயர்லாந்து மற்றும் இத்தாலிய தேசிய வாதங்கள் இதற்கு முன்னோடியாக அமைந்தன. பெருந்திரளாக மக்களைத் திரட்டிப் போராடுவது என்பதாக அல்லாமல் எழுச்சிமிக்க ஓர் இளைஞர் கூட்டம் ஆயுதங்களைத் தயாரித்துக் கொண்டு உயிரைப் பணயம் வைத்து ஆங்கிலேய அதிகாரிகளைக் கொன்று அச்சுறுத்தி, இங்கிருந்து விரட்டுவது என்பதாக அது உருக் கொண்டது.

இதனூடாக தேசபக்தி, தெய்வபக்தி, மதபக்தி என இம்மூன்றும் பிரிக்க இயலாத ஒருமையாகக் கட்டமைக்கப்பட்டது. இந்தியா, உலகிற்கே வழிகாட்டும் என்கிற நம்பிக்கை கிளர்ந்த காலம் அது. இப்படி இந்தியத் தத்துவங்கள், வேதங்கள், நம்பிக்கைகள், வழமைகள் எல்லாம் புனிதப்படுத்தப்பட்ட அதே நேரத்தில் அதன் இன்னொரு பக்கமாய் மேலைப் பண்பாட்டின் எல்லா அம்சங்களும் ஒப்பீட்டளவில் இழிவாக அணுகப்பட்டன. இந்தியப் பண்பாட்டின் விமர்சனத்திற்குரிய ஒன்றான சாதி, தீண்டாமைக் கொடுமைகள் குறித்த விமர்சனம் எல்லாம் ஏதுமின்றி அதுவே ஒப்பீட்டளவில் ஆகச்சிறந்த ஒன்றாக அணுகப்பட்டு, மேலைப் பண்பாடு குறித்து கடும் வெறுப்பு கலந்த விமர்சனம் முன்வைக்கப்பட்டது.

கிறிஸ்தவர்களுக்கு பைபிளும், முஸ்லிம்களுக்குத் திருக்குரானும் இருப்பதுபோல இந்தியர்களுக்கு ஓர் ஒற்றைப் புனிதநூல் இல்லாத குறையைப் போக்க, இந்துக்களின் புனித நூலாக பகவத்கீதை கண்டெடுக்கப்பட்டது. இன்னொரு பக்கம் தனி நபர்

வீர சாகசம், உள்ளத்தை மட்டுமின்றி உடலையும் உறுதியாக்கல் என்பவற்றிற்கு அதிக முக்கியத்துவம் அளிக்கப்பட்டது.

அப்படியான ஓர் உடல் உறுதிக்கான பயிற்சியகமாகவும் தேச விடுதலையை நோக்கிய தங்களின் கருத்தைப் பரப்பும் ஓர் அரை இரகசிய இயக்கமாகவும் உருவானதுதான் 'அனுஷீலன் சமிதி'. அரவிந்த கோஷும் அவரது சகோதரர் பரீன் கோஷும் இந்த அமைப்பின் ஊடாகவே தேச விடுதலையை நோக்கிய தங்களின் பணியைத் தொடங்கினர்.

அரவிந்த கோஷ் (15 ஆக., 1872 – 5 டிச., 1950) கொல்கத்தாவில் ஒரு மதிப்பிற்குரிய காயஸ்தர் குடும்பத்தில் பிறந்தவர். அவருடைய தந்தை கிருஷ்ண துன் கோஷ் எடின்பரோவில் மருத்துவம் பயின்று, கொல்கத்தாவில் உள்ள ராங்பூரில் உயர் மருத்துவராகப் பணியாற்றியவர். ராஜாராம் மோகன்ராயின் பிரும்ம சமாஜத்தில் பங்கேற்றுச் செயல்பட்டவர். கேம்ப்ரிட்ஜில் படித்து ஐ.சி.எஸ் தேர்வில் சிறப்பாக வெற்றிபெற்று இந்தியா திரும்பிய அரவிந்த கோஷ் ஆங்கிலம் மட்டுமின்றி, பிரெஞ்சு மொழியிலும் ஆழ்ந்த புலமை உடையவர். பரோடா சமஸ்தானத்தில் உயர் சிவில் பதவி ஒன்றில் இருந்த அவர், அங்குள்ள கல்லூரி ஒன்றில் ஃப்ரெஞ்ச் மொழி பயிற்றுவிக்கும் ஆசிரியப் பணியையும் செய்தார். அவருடைய 28 வயதில் 14 வயது மிருணாளினியை அவருக்குத் திருமணம் செய்வித்தனர். ஊராண்டில் மிருணாளினி நோய்வாய்ப்பட்டு இறந்தார்.

அதிகாரம் மிக்க பெரும் பதவிகளில் தொடர்வது என்பதைக் காட்டிலும், இந்திய விடுதலையை நோக்கிய செயல்பாடுகளில் அதிக நாட்டம் கொண்ட அரவிந்த கோஷும் அவர் சகோதரர் பரீன் கோஷும் அனுஷீலன் சமிதியின் ஊடாக தேச விடுதலைப் பணியில் தம்மை ஈடுபடுத்திக் கொள்வதில் அதிக நாட்டம் கொண்டனர். அன்றைய தேச பக்தி இயக்கத்தின் தீவிரத் தலைவர்களாக அறியப்பட்ட பால கங்காதர திலகர், விபின் சந்திரபாலர், அன்னை நிவேதிதா ஆகியோருடன் அவர்களுக்கு நெருக்கமும் ஏற்பட்டது. 'வந்தே மாதரம்', 'யுகாந்தர்' எனும் வங்க

மொழி இதழ்களின் ஊடாக அரவிந்தர் எழுதிய எழுத்துக்களில் ஆன்மீகமும் தேசியமும் பிரிக்க இயலாமல் பின்னிக் கிடந்தன. முதலில் தனது சிவில் அதிகாரப் பதவியையும், பின் ஃப்ரெஞ்ச் மொழி பயிற்றுவிக்கும் கல்லூரி ஆசிரியப் பணியையும் துறந்த அரவிந்தர், பரோடாவிலிருந்து கொல்கத்தாவுக்கு வந்து முழு நேரமாக அனுஷீலன் இயக்கப் பணியில் ஈடுபட்டார்.

அரவிந்தரின் எழுத்துக்கள் பெரிய அளவில் வரவேற்பிற்கு உள்ளாயின. விரைவில் 7,000 பிரதிகளும் அடுத்த சில ஆண்டுகளில் 20,000 பிரதிகளும் விற்பனையாயின. பத்திரிகைகளுக்கு ஆதரவு பெருகப் பெருக, பிரிட்டிஷ் அரசு மற்றும் அதன் உளவுத் துறையின் கவனமும் அனுஷீலன் சமிதி மற்றும் கோஷ் சகோதரர்களின் மீது கவிந்தது.

'வந்தே மாதரம்' இதழில் வெளிவந்த கட்டுரைகளின் அடிப்படையில், விபின் சந்திரபாலர் மற்றும் அரவிந்தர் ஆகியோர் மீது வழக்கு தொடரப்பட்டு (1907) அவர்கள் விசாரிக்கப்பட்டனர், அரவிந்தர் அவ்வழக்கில் விடுதலை செய்யப்பட்ட போதும் விபின் தண்டிக்கப்பட்டார். யுகாந்தர் அலுவலகம் அடிக்கடி சோதனைக்குள்ளாகியது. கொல்கத்தாவில் உள்ள மானிக்டோலா தோட்டத்தில் 36, முராரிபுரா வீதியில் இருந்த அரவிந்தர்-பரீன் ஆகியோரின் இல்லத்தை, ஒத்த கருத்துள்ள தேசபக்தர்கள் தங்குவதற்கான ஓர் ஆசிரமமாக மாற்றினார் பரீன்.

1906 தொடங்கியே, பரீன் வெடிகுண்டு தயாரிக்கும் நுட்பங்களில் ஆர்வம் செலுத்தத் தொடங்கினார். 1907ல் சொந்தமாகவே வெடிகுண்டு தயாரிக்கும் கலையைக் கற்றுக்கொண்ட உலாஸ்கர் தத் எனும் இளைஞர், யுகாந்தர் கட்டுரைகளால் ஈர்க்கப்பட்டு பரீனுடன் நட்பானார். அவர்களின் முதல் இலக்கு வங்கத்தின் லெப்டினன்ட் கவர்னர் ஆண்ட்ரூ ஃப்ரேசராக இருந்தது. இரண்டு முறை அவரைக் கொல்ல அவர்கள் முயன்றும் ஃப்ரேசர் அந்தத் தாக்குதல்களிலிருந்து தப்பினார். இரண்டாம்முறை இரயில் பெட்டியையே உடைக்கும் அளவிற்கு வலிமையான

குண்டு ஒன்றை விபூதி பூஷன் சர்க்காரும் பிரபுல்லா சகியும் ஃப்ரேசர் அமர்ந்திருந்த ரயில் பெட்டி மீது வீசியபோதும், அவர் தப்பித்துக் கொண்டார்.

1908 ஜனவரியில் இக்குழுவினர் இன்னும் சக்தி வாய்ந்த ஒரு பிக்ரிக் அமில குண்டைத் தயாரித்து டியோகார் எனும் இடத்தில் சோதனை செய்தபோது நடந்த விபத்தில், அவர்களின் குழுவில் இருந்த பிரஃபுல்ல குமார் சக்கரவர்த்தி என்கிற இளைஞன் கொல்லப்பட்டான்.

இந்த நடவடிக்கைகளின் பின்னணியில், அனுஷீலன் சமிதிக்குள் உளவுத் துறையினரும் ஊடுருவத் தொடங்கினர்.

இதற்கிடையில் ஹேமசந்திர கனுங்கோ எனும் இன்னொரு இளைஞனைப் பாரிசுக்கு அனுப்பி, அங்கிருந்த ருஷ்யப் புரட்சியாளனான நிகோலஸ் சஃப்ரான்ஸ்கி என்பவரிடம் வெடிகுண்டு செய்யும் பயிற்சியைப் பெற்றுவரச் செய்தார் பரீன். இப்போது அவர்கள், அலிப்பூர் மாநில நீதிமன்றத்தின் தலைமை நீதிபதி டக்ளஸ் கிங்ஸ்ஃபோர்டைத் தீர்த்துக்கட்டுவது என முடிவு செய்தனர். தேசபக்தர்கள் தொடர்பான இம்மாதிரியான வழக்குகளில் கடும் தண்டனை கொடுப்பவராக அந்த நீதிபதி இருந்தார் என்பதால், அவர் இப்போது இலக்காக்கப்பட்டார்.

இந்தப் பணியைச் செய்ய ஆறு அவுன்ஸ்கள் டைனமைட் பயன்படுத்தித் தயாரித்த சக்திவாய்ந்த ஒரு வெடிகுண்டை, பிரஃபுல்லா சகியிடம் தந்தார் பரீன். குதிராம் போஸ் எனும் இன்னொரு இளைஞனுடன் சகி முசாஃப்பர் நகர் புறப்பட்டார். டக்ளஸ் கிங்ஸ் தினமும் முசாஃப்பர் நகரில் உள்ள ஒரு சீட்டாடும் கிளப்பிற்கு வருவதை அறிந்து, அவர் வெளியே வரும்போது தீர்த்துக் கட்டுவது என அவர்கள் முடிவு செய்தனர். பள்ளி மாணவர்களைப் போலச் சென்று முதல் நாள் அவர்கள் நோட்டம் விடும்போதே அங்கிருந்த காவலர்கள் அவர்களைக் கவனித்து விட்டனர். அடுத்த நாள் அவர்கள், தயாராக வந்து ஒரு மரத்தின் பின் ஒளிந்து கொண்டனர். கிங்ஸ்ஃபோர்டும் அவரது மனைவியும் கிளப்பிலிருந்து இறங்கி வந்து குதிரை

வண்டியில் ஏறினர். அதற்குப் பின் நின்றிருந்த இன்னொரு வண்டியில் பிரிங்லே கென்னடி என்கிற ஒரு வழக்குரைஞரின் மனைவியும் மகளும் ஏறினர். வண்டி புறப்பட்ட சில நிமிடங்களில் மறைந்திருந்த பிரஃபுல்லா சகியும் குதிராம் போசும் குறிபார்த்துத் தம் கைகளில் இருந்த அந்த சக்தி வாய்ந்த குண்டை வீசினர்.

அது பின்னால் வந்த வண்டியில் வீழ்ந்து வெடித்துச் சிதறியது. அவர்கள் யாரைக் கொல்ல நினைத்தார்களோ, அந்த கிங்ஸ்ஃபோர்டும் அவரது மனைவியும் ஒரு சிறு காயமும் இன்றித் தப்பித்தனர். பின்னால் வந்த வண்டியில் இருந்த அப்பாவி ஐரோப்பியப் பெண்கள் இருவரும் சிதறிச் செத்தனர்..

பயங்கரவாதத் தாக்குதல்கள் பல நேரங்களில் இப்படித்தான் ஆகிவிடுகின்றன. நாம் பெரிதும் மதித்துப் போற்றும் பகத்சிங்கும் தோழர்களும் ஒரு போலீஸ் அதிகாரியைத் துப்பாக்கியால் சுட்டுக் கொன்றபோதும் கூட அப்படிக் கொல்லப்பட்டவர் – அவர்கள் யாரைக் கொல்லத் திட்டமிட்டார்களோ – அவர் இல்லை என்பதுதானே வரலாறு? இன்னொரு அப்பாவி இளம் அதிகாரிதானே அன்று கொல்லப்பட்டார்! அறைக்கு வந்து முதல்நாள் தாங்கள் எழுதிவைத்த 'போஸ்டர்'களைக் கிழித்துவிட்டுப் பெயரை மாற்றிப் புதிய போஸ்டர்களை எழுதிச் சென்றுதானே அவர்கள் ஒட்டினார்கள். நம்மை ஆண்ட ஏதோ ஒரு பிரிட்டிஷ்காரர் செத்தார் என்று வேண்டுமானால் கொன்றவர்கள் திருப்திப்பட்டுக் கொள்ளலாம். வன்முறையும் அறமும் எந்நாளும் இணைந்ததில்லை. அதைச் சரியாகப் புரிந்து கொண்டு இயங்கியவர் காந்தி ஒருவர்தானே!

குண்டு வீசிய குதிராம்போசும் பிரஃபுல்லா சகியும் வெவ்வேறு திசைகளில் ஓடினர். இரவு முழுவதும் நடந்து சென்ற குதிராம்போஸ், வைனி எனும் ஒரு சிறு நகரை அடைந்தார். ரயிலைப் பிடித்து கொல்கத்தா செல்லத் திட்டம். தடுமாறி நின்றவரைச் சந்தேகப்பட்டு விசாரித்தபோது அவர் அடையாளம் தெரிந்தது. அவர் கைது செய்யப்பட்டார்.

ப்ரஃபுல்லா சகி அதேபோல இன்னொரு ரயிலில் ஏற முயற்சித்தபோது, நந்தலால் பானர்ஜி எனும் ஒரு போலீஸ்காரர் சந்தேகப்பட்டு உயர் அதிகாரிக்குத் தந்தி அடித்துள்ளார். உடன் அவரைக் கைது செய்ய உத்தரவு வந்துள்ளது. சகியைக் கைது செய்ய முயற்சித்தபோது, அவர் தன் கையிலிருந்த துப்பாக்கியை வாயில் வைத்துச் சுட்டுக்கொண்டு வீழ்ந்தார்.

குதிராம்போஸ் அடுத்த சில வாரங்களில் தூக்கிலேற்றப்பட்டார். "உன்னுடைய கடைசி ஆசை என்ன?" என அதிகாரிகள் கேட்டபோது, சாகும்போது கைகளில் பகவத்கீதையை வைத்துக்கொள்ள வேண்டும் என குதிராம்போஸ் பதிலளித்தார் என்பது வரலாறு.

இப்படி இரண்டு வெள்ளைப் பெண்கள் வெடிகுண்டு வீசிக் கொல்லப்பட்ட வழக்கில்தான் அரவிந்தர், பரீன் உட்பட 49 பேர்கள் கைது செய்யப்பட்டு அலிபூர் சிறையில் அடைக்கப்பட்டனர்.

வரலாறு இத்தோடு முடியவில்லை. நவீன 'ஆக் ஷன்' சினிமாக்களைக் காட்டிலும் அச்சமூட்டும் திருப்பங்களுடன் அது தொடர்ந்தது.

3. சிறைக்குள் நடந்த கொலை!

முசாஃபர்பூரில் இவ்வாறு தாயும் மகளுமாய் இரண்டு ஐரோப்பியப் பெண்கள் வெடிகுண்டுத் தாக்குதல்களில் கொல்லப்பட்டதை ஒட்டி முதல் இரு நாட்களில் அரவிந்தர், பரீன் உட்பட 33 பேர்கள் கைது செய்யப்பட்டனர். பின்னர் மேலும் பலர் கைது செய்யப்பட்டு, இறுதியில் 49 பேர்கள் அலிப்பூர் சிறையில் அடைக்கப்பட்டனர்.

வெடிகுண்டுத் தாக்குதலுக்கு அடுத்த நாள் காலை 5 மணிக்கு பிரிட்டிஷ் போலீஸ், அரவிந்தரின் வீட்டைச் சுற்றிவளைத்து அவரைக் கைது செய்தது. அந்தக் கணத்திலிருந்து அடுத்த ஓராண்டுச் சிறைவாசத்துக்குப் பின் மே 6, 1909 அன்று, அவர் மீது சுமத்தப்பட்ட குற்றத்தை அன்றைய பிரிட்டிஷ் அரசால் நிறுவ முடியவில்லை என அவர் விடுதலை செய்யப்படுகிறார். அரவிந்தர் உட்பட 17 பேர்கள் விடுதலை. பரீன் கோஷ், உல்லாசர் தத் இருவருக்கும் மரண தண்டனை. இன்னொருவர் சிறைக்குள் சுட்டுக் கொல்லப்படுகிறார். அந்தக் கதையைப் பின்னர் பார்ப்போம்.

மீதமுள்ளவர்களில் 13 பேர்களுக்கு, சொத்துக்கள் பறிமுதலுடன் ஆயுள் முழுவதும் அந்தமான் சிறையில் தீவாந்திர தண்டனை. மூவருக்கு, சொத்துக்கள் பறிமுதலுடன் பத்தாண்டுகள் சிறைத் தண்டனை.

ஆங்கில அரசு இந்த வழக்கு தொடங்கிய கணம் முதல் அரவிந்தரையே முக்கியக் குற்றவாளியாகக் குறிவைத்து இந்த விசாரணையை நடத்தியது. எனினும், அவர் விடுதலை செய்யப்பட்ட கதை சுவாரசியமானது.

இது குறித்தும், அரவிந்தரின் சிறை அனுபவங்கள் குறித்தும் அவர் என்ன சொல்கிறார், எப்படி அந்த அனுபவங்களை அவர் எதிர்கொண்டார் என அவர் பார்வையிலிருந்தும் அறிவதற்கு முன்பாக, அது குறித்த வரலாற்றுப் பதிவுகள் என்ன சொல்கின்றன எனப் பார்ப்போம்.

அன்றைய மாலைப் பத்திரிக்கைகளில் செய்தி வந்தவுடனேயே அரவிந்தர் தம்பி பரீனுடன் தொடர்பு கொண்டு, அவர்களைக் குற்ற நடவடிக்கையில் சிக்கவைக்கத்தக்க எழுத்து மூலமான ஆவணங்கள், ஆயுதங்கள், வெடிமருந்துகள் முதலான அனைத்து ஆதாரங்களையும் அப்புறப்படுத்துமாறு சொல்லுகிறார். பரீனும் அவ்வாறே முடிந்தவரை செய்கிறார். அடுத்த நாள் மாலைக்குள் 33 பேர்கள் கைது செய்யப்படுகின்றனர். அரவிந்தர், சைலன் போஸ், அவினாஷ் பட்டாச்சார்யா ஆகிய மூவரும் 'கிரே' தெருவில் இருந்த அரவிந்தரின் 'வந்தே மாதரம்' அலுவலகத்தில் கைது செய்யப்படுகின்றனர். அவரது கையெழுத்துப் பிரதிகள், கடிதங்கள் எல்லாம் கைப்பற்றப்படுகின்றன. அவர்கள் லால் பசார் காவல் நிலையத்திற்குக் கொண்டு செல்லப்பட்டு, அடுத்த நாள் கமிஷனர் ஹாலிடே முன் நிறுத்தப்பட்டனர்.

ஏழு போலீஸ் படைகள் அமைக்கப்பட்டு, கிட்டத்தட்ட அவ்வழக்கில் தொடர்புடைய எல்லா முக்கியமானவர்களும் அன்று மாலைக்குள் கைது செய்யப்பட்டனர். ஹாரிஸ் சாலையில் இருந்த குடியிருப்பிலும், மானிக்டோலா தோட்டத்திலிருந்த அரவிந்தர் - பரீன் இல்லத்திலும் ஏராளமான ஆவணங்கள்,

வெடி மருந்துகள், வெடி குண்டுகள், கீதைப் பிரதிகள் முதலியன சிக்கின.

அனுஷீலன் சமிதி முழுமையுமே பிரச்சினையில் சிக்கி முடக்கப்பட்டுவிடக் கூடாது எனக் கருதிய பரீன் கோஷ், தானே முன்வந்து சதி உட்பட எல்லாவற்றிற்கும் பொறுப்பேற்றுக் கொண்டார். மரண தண்டனை உறுதி எனத் தெரிந்தும், அமைப்பைக் காப்பாற்ற பரீன் மட்டுமல்லாமல் உலாஷ்கர் தத், இந்துபூஷன் ராய், விபுதிபூஷன் சர்கார் ஆகியோரும் குற்றத்தை ஏற்றுக்கொண்டு எழுத்து மூலமாக மட்டுமின்றி மேஜிஸ்ட்ரேட் முன் வாக்குமூலமும் அளித்தனர்.

எல்லோரும் மாஜிஸ்ட்ரேட் முன் நிறுத்தப்பட்டுப் பின் அலிப்பூர் சிறையில் அடைக்கப்பட்டனர். அரவிந்தர் மட்டும் தனிக் கொட்டடியில் அடைக்கப்பட்டார். மே 18 அன்று "பேரரசர் எதிர் அரவிந்த கோஷ் மற்றும் பலர்" எனக் குற்றப்பத்திரிகை தாக்கல் செய்யப்பட்டது. எல்லோரும் பிரிட்டிஷ் பேரரசருக்கு எதிராக யுத்தம் புரிந்தவர்களாகக் குற்றவாளிக் கூண்டில் நிறுத்தப்பட்டனர். எல்லோரும் வழக்குரைஞர்கள் வைத்துக் கொள்ளவும் தொடக்கம் முதலே அனுமதிக்கப்பட்டனர்.

மொத்தத்தில் 49 பேர்கள் குற்றவாளிகளாக நிறுத்தப்பட்டனர். அரசுத் தரப்பில் வாதிடுவதற்கு அன்றைய புகழ்பெற்ற வழக்குரைஞரான ஏர்ட்லி நார்டன் துரை சென்னை மாகாணத்திலிருந்து வரவழைக்கப்பட்டார். அவருக்குத் துணைபுரிய ஒரு வழக்குரைஞர் குழுவும் பணிக்கப்பட்டது. மாஜிஸ்ட்ரேட் லியோனார்ட் பிர்லே ICS விசாரணையை நடத்தினார். 220 சாட்சிகள் விசாரிக்கப்பட்டனர் 2000 ஆதாரங்கள் முன்வைக்கப்பட்டன. சிறிய இடைவெளிகள் இருந்தபோதும் தொடர்ந்து வழக்கு விசாரணைகள் நடந்தன.

குற்றம் சாட்டப்பட்டிருந்த பலருக்கும் குற்றத்தை நிறுவப் போதிய ஆதாரங்கள் காவல்துறையிடம் இருந்தன. ஆனால், முக்கியக் குற்றவாளியான அரவிந்த கோஷுக்கு மட்டும் குற்றத்தை நிறுவ அவர்களிடம் போதிய ஆதாரம் இல்லை. அனுஷீலன்

சமிதியின் அமைப்பு வடிவம் அப்படி இருந்தது. அமைப்பின் படிநிலையில், மேலே இருப்பவர்களுக்குக் கீழே உள்ளவர்களுடன் தொடர்பிருக்காது. எனவே, மேலே உள்ளவர்களின் செயல்பாடுகள் எல்லாமும் கீழே உள்ளவர்களுக்குத் தெரிய வாய்ப்பில்லை. பரீனுக்கும் அரவிந்தருக்கும் இடையில் இருந்த சில கடிதப் போக்குவரத்துகளும், 'வந்தே மாதரம்', 'யுகாந்தர்' ஆகிய இதழ்களில் எழுதிய கட்டுரைகளும் மட்டுந்தான் அரவிந்தருக்கு எதிரான சாட்சியங்களாக இருந்தன.

அந்தக் கடிதம் ஒன்றில், "இந்தியா முழுவதும் இனிப்புகள் வழங்கிக் கொண்டாடும் நாள் விரைவில் வரும்" என்றொரு வாசகம் அரவிந்தருக்கு எதிரான முக்கிய ஆதாரமாக முன்வைக்கப்பட்டது. வெடிகுண்டு செய்யும் தொழில்நுட்பத்தைத் தாங்கள் கற்றுக் கொண்டதைத்தான் இப்படி மறைமுகமாக அவர்கள் பரிமாறிக் கொண்டுள்ளனர் என அரசுத் தரப்பு தன் வாதத்தை முன்வைத்தது. எப்படியாவது அதிகபட்ச தண்டனையை அரவிந்தருக்குப் பெற்றுத் தந்துவிட வேண்டும் என்பதில் அரசுத் தரப்பு மிக உறுதியாக இருந்தது.

குற்றம் சாட்டப்பட்டுள்ளவர்களில் யாராவது ஒரு நபர் குற்றத்தை ஒப்புக்கொண்டு அரவிந்தரைக் காட்டிக்கொடுக்கும் 'அப்ரூவராக' மாறுவாரா எனத் தேடிக் கொண்டிருக்கும் போதுதான் அவர்களின் கண்ணில் நரேன் கோஸ்வாமி (நரேன் கோஹென்) தென்பட்டான். நரேன், ஒரு பணக்கார நிலவுடைமைக் குடும்பத்துப் பிள்ளை. முதல் கட்ட காவல்துறை சோதனையிலேயே, மாணிக்டோலா தோட்டத்தில் பரீனுடன் பிடிபட்டவன் அவன்.

ஜூன் 22 அன்று நார்டன் துரை, நீதிபதி பிர்லேயின் முன் ஒரு முக்கியச் செய்தியைப் பதிவு செய்தார். "நரேன் கோஸ்வாமி பேரரசின் சாட்சியாக" மாறிவிட்டான் என்பதுதான் அச்செய்தி. அதற்காக, நரேன் குற்றத்திலிருந்து மன்னிக்கப்பட வேண்டும் எனவும் அவர் கோரினார். ஆகஸ்ட் மத்தியில் நீதிபதி பிர்லே சாட்சியங்களைப் பதிவு செய்தபொழுது, நரேனைக் குறுக்கு

விசாரணை செய்ய வேண்டும் என இருமுறை குற்றம் சாட்டப்பட்டவர்கள் தரப்பில் கோரப்பட்டபோது, நீதிபதி பிர்லே அதை அனுமதிக்கவில்லை. அப்படி அனுமதிக்காமல் இருப்பதற்கான சிறப்பு அதிகாரத்தை வங்க அரசு அவருக்கு அளித்திருந்தது.

ஆகஸ்ட் 31 அன்று அலிபூர் செஷன்ஸ் நீதிமன்றத்தில் குற்றம் சாட்டப்பட்டவர்கள் எல்லோரும் நிறுத்தப்பட்டனர். அரவிந்தர் மீதான குற்றச்சாட்டைப் பொருத்தமட்டில் அவருக்கும் மற்றவர்களுக்கும் நடந்துள்ள கடிதப் போக்குவரத்து, குறிப்பாக "இனிப்பு வழங்கும் நாள்" பற்றிய கூற்று ஒன்றே அரவிந்தர் மீதான குற்றச்சாட்டை நிறுவுவதற்கான *prima facie* ஆதாரம் என பிர்லே ஏற்றுக்கொண்டார்.

அதே நேரத்தில் பரீன் கோஷ் சும்மா இருக்கவில்லை. ஒரு சிறை உடைப்பிற்கான எல்லா வேலைகளையும் உள்ளிருந்துகொண்டே அவர் செய்து கொண்டிருந்தார். தடுக்க முனைபவர்களைத் தாக்குவதற்குத் தேவையான கடும் அமிலங்கள், வெடிகுண்டுகள், ஆயுதங்கள் எல்லாம் கொஞ்சம் கொஞ்சமாக அனுஷீலன் சமிதி ஆதரவாளர்களாலும், உறவினர்களாலும் சிறைக்குள் கடத்தப்பட்டுக்கொண்டே இருந்தன. ஆகஸ்ட் இறுதிக்குள் பரீனிடம், இரண்டு கைத் துப்பாக்கிகள் குண்டுகளுடன் இருந்தன. ஒன்று *RICO 0.45*, மற்றது ஓஸ்போர்ன் *0.38* காலிபர் கைத் துப்பாக்கிகள்.

அரவிந்தர் மற்றும் பரீன் கோஷ் சகோதரர்களை மட்டுமல்லாது இன்னும் பலரையும் மரணக் குழிக்குள் தள்ளும் அளவிற்குச் செய்திகளை கோஸ்வாமி தெரிந்திருக்கும் நிலையில், அவனை விட்டு வைத்திருப்பது எங்ஙனம்?

கோஸ்வாமியின் குரல் வெளியே வராமல் தடுப்பதற்கான ஒரு முடிவை ஹேமச்சந்திர தாஸ் எடுத்தார். அதன்படி ஒரு வெற்றிகரமான நாடகம், சிறைச்சாலையின் நான்கு சுவர்களுக்குள் நடத்தப்பட்டது.

ஆகஸ்ட் 29. குற்றம் சாட்டப்பட்டுச் சிறையில் உள்ள கைதிகளில் ஒருவரான கனய்லால் தத் திடீரென 'வயிற்று வலி'யால் து(ந)டித்து வீழ்ந்தார். உடனடியாக அவர் சிறை மருத்துவமனையில் சேர்க்கப்பட்டார். அங்கிருந்து நரேன் கோஸ்வாமிக்கு, தானும் சத்யேன் போகும் அவனைப் போல 'அப்ரூவர்' ஆகி விடுதலை அடையத் துடிப்பதாகச் செய்தி அனுப்பினார். நரேன் கோஸ்வாமி மிக்க ஆர்வத்தோடு சிறை மேற்பார்வையாளருடன் (overseer) ஓடி வந்தான். கடத்திக் கொண்டுவரப்பட்ட இரு கைத்துப்பாக்கிகளுடன் வெளிப்பட்ட சத்யேனையும் தத்தாவையும் கண்டவுடன் கோஸ்வாமி ஓடினான். இருவரும் அவனைத் துரத்தினர். சிறை வராந்தாவில் எல்லோர் கண் முன்னும் அந்த ஓட்டப் பந்தயம் நடந்தது. கோஸ்வாமியுடன் கூடவந்த சிறை 'ஓவர்சீயர்' அவனைக் காக்க முயன்றார். சிறை வார்டன் ஹிக்கின்ஸ் தத்தைப் பிடித்து மடக்க முயன்றபோது, தத் ஹிக்கின்சைச் சுட்டார். ஹிக்கின்ஸ் கையில் குண்டு பாய்ந்து வீழ்ந்தார். ஓவர்சீயர், சத்யேனைக் கட்டிப்பிடித்து மடக்க முயன்றார். சத்யேன் அவரை உதறித் தள்ளிவிட்டு கோஸ்வாமியைத் துரத்தினான். லிண்டன் என்கிற இன்னொரு சிறை அதிகாரி தத்தைப் பிடித்து மடக்க முயன்றதும் பலிக்கவில்லை. ஒரு பக்கம் சத்யேன். இன்னொரு பக்கம் தத். இருவர் கைகளிலும் துப்பாக்கிகள். இரண்டிலிருந்தும் சரமாறியாகச் சீறி வந்த குண்டுகள் கோஸ்வாமியின் உடலைச் சல்லடை ஆக்கின. இரண்டு கைத்துப்பாக்கிகளிலும் இருந்த குண்டுகள் தீரும்வரை அவர்கள் சுட்டுக்கொண்டே இருந்தனர்.

மொத்தம் ஒன்பது குண்டுகள்.

கோஸ்வாமி செத்தொழிந்தது உறுதியானதும் இருவரும் அமைதியாயினர். சுற்றி நின்றவர்கள் அவர்களை நெருங்கியபோது, இருவரும் அமைதியாகத் தம்மை அவர்களிடம் ஒப்புவித்துக் கொண்டனர்.

கனய்லால் தத்தா, தான் குற்றமற்றவர் எனக் கூறியதை நீதிமன்றம் ஏற்கவில்லை. குற்றம் நிறுவப்பட்டு அவர் சாகும்வரை தூக்கிலிடப்பட்டார். சத்யேன் தன்னைக் குற்றமற்றவர் எனக்

கீழ் நீதிமன்ற ஜூரிகள் கூறினர். பிரிட்டிஷ் அரசு மேல்முறையீடு செய்தபோது, உயர் நீதிமன்றம் அவருக்கு மரணதண்டனையை உறுதி செய்தது.

அரவிந்தருக்கு எதிராக இருந்த அந்த ஒரே பலவீனமான சாட்சியும் ஒழிக்கப்பட்ட வரலாறு இதுதான்.

1908 அக். 19 அன்று, '24 பர்கானாஸ்' மாவட்ட செஷன்ஸ் நீதிமன்றத்தில் கூடுதல் செஷன்ஸ் நீதிபதி சார்ல்ஸ் போடென் பீச்ரோஃப்ட் முன் வழக்கு விசாரணைக்கு வந்தது. பீச்ரோஃப்ட்டும் அரவிந்தரும் ஒரே ஆண்டில் இங்கிலாந்தில் ICS தேர்வு எழுதியவர்கள். அரவிந்தர், பீச்ரோஃப்ட்டைக் காட்டிலும் 'மெரிட்' வரிசையில் அப்போது முன்னிருந்துள்ளார். இப்போது ஒருவர் நீதி வழங்கு ஆசனத்தில்; மற்றவர் குற்றவாளிக் கூண்டில். குற்றம் சுமத்தப்பட்டவர்களுக்கு வாதாட, 15 பேர் கொண்ட வழக்குரைஞர் குழுமம் இருந்தது.

அரவிந்தருக்காக வழக்காட, பியோம்கேஷ சக்கரவர்த்தி எனும் புகழ்பெற்ற பாரிஸ்டர் ஒருவர் நியமிக்கப்பட்டார். கீழ் நீதிமன்றத்தில் நீதிபதி பிர்லே, கோஸ்வாமியைக் குறுக்கு விசாரணை செய்ய அனுமதிக்காததைச் சட்ட விரோதம் என, சக்கரவர்த்தி தன் விவாதத் திறமையால் நிறுவினார். பீச்ரோஃப்ட் அதை ஏற்றுக்கொண்டார். இதற்கெதிரான நார்ட்டனின் மறுப்பு அங்கே எடுபடவில்லை.

மீண்டும் இதுகுறித்து விசாரிக்க இப்போது கோஸ்வாமி உயிருடன் இல்லை.

வழக்கு விசாரணை தொடர்ந்தது (1908 –1909). மேலும் சில ஆவணங்கள் நீதிமன்றத்தின் முன், இருதரப்பாலும் முன்வைக்கப்பட்டன. பியோம்கேஷ சக்கரவர்த்தி கேட்ட தொகையை அரவிந்தர் தரப்பில் கொடுக்க இயலாததால், அவர் வழக்கிலிருந்து விலகிக் கொண்டார். பின்னாளில் பெரும் புகழ் பெற்றவரும், அப்போது ஓர் இளம் வக்கீலாகவும் இருந்த சித்தரஞ்சன் தாஸ் இப்போது அரவிந்தருக்காக வாதாடினார்.

முன்னதாகக் குற்றத்தை ஒத்துக்கொண்டு தாங்கள் அளித்த ஒப்புதல் வாக்குமூலங்களை, பரீன் கோஷ்-ம் இதர மாணிக்டோலா ஆஸ்ரமத்தினரும் திரும்பப் பெற்றுக்கொள்வதாக அறிவித்தனர்.

கோஸ்வாமியின் சாட்சியம் பயனற்றுப்போன நிலையில் இப்போது நார்டன், 'வந்தே மாதரம்', 'யுகாந்தர்' ஆகிய இதழ்களில் அரவிந்தர் எழுதிய ராஜதுரோகக் கருத்துக்களை முன்வைத்து அவருக்கு எதிராகக் கடுமையாக வாதிட்டார். அரவிந்தர் எழுதியவை விடுதலை, சுதந்திரம் முதலான தத்துவார்த்தச் சிந்தனைகள் எனவும், அவற்றுக்கும் ராஜ துரோகத்துக்கும் தொடர்பில்லை எனவும் சித்தரஞ்சன் மிகத் திறமையாக எதிர்வாதிட்டார். அரவிந்தருக்கு எதிராக நீதிமன்றத்தில் சமர்ப்பிக்கப்பட்ட பிற ஆவணங்கள், பொருட்கள் எல்லாமும் இட்டுக் கட்டப்பட்டவை என்கிற சித்தரஞ்சனின் விவாதத்தை நீதிமன்றம் ஏற்றுக்கொண்டது.

"தேசபக்தியைப் பாடிய கவியாகப் பார்க்கப்படப் போகிறவர் அவர். தேசியத்தின் நற்செய்தியாளர் அவர். மானுடத்தை நேசித்தவர் அவர். இந்தியாவில் மட்டுமின்றி, தொலைதூரக் கடல்களிலும், நிலங்களிலும் அவரது சொற்கள் மீண்டும் மீண்டும் எதிரொலித்துக்கொண்டே இருக்கும்" - எனச் சித்தரஞ்சன் தாஸ் நீதிமன்றத்தில் முழங்கிய சொற்கள், அலிப்பூர் நீதிமன்றத்தில் அவர் வழக்கு விசாரிக்கப்பட்ட அறையில் இன்று சலவைக் கல்லில் பொறிக்கப்பட்டுள்ளது.

அரவிந்தர் விடுதலை செய்யப்பட்டார். இன்னும் 16 பேர்களும் அவரோடு விடுதலை செய்யப்பட்டனர். மற்றவர்களுக்கு அளிக்கப்பட்ட சொத்துப் பறிப்புகளுடன் கூடிய கடும் தீவாந்தர தண்டனைகள், பத்து ஆண்டு கடுங்காவல்கள், ஏழாண்டு மற்றும் மூன்றாண்டு தண்டனைகள் முதலிய விவரங்களை முன்பே குறிப்பிட்டேன். விடுதலை செய்யப்பட்ட 17 பேர்களில் இருவர், வேறு ஒரு வழக்கில் முன்பே தண்டிக்கப்பட்டிருந்ததால் அவர்களால் உடன் வெளிவர முடியவில்லை.

மரணதண்டனை அளிக்கப்பட்ட பரீன்கோஷ், உல்லாஸ்கர் தத் ஆகியோரின் தண்டனைகள் மேல் முறையீட்டில் தீவாந்திர ஆயுள் தண்டனையாகக் குறைக்கப்பட்டன. 1920-ல் பொது மன்னிப்பு ஒன்று அளிக்கப்பட்டபோது, பதினோரு ஆண்டு அந்தமான் சிறைவாசத்திற்குப் பின் அவர்கள் விடுதலை ஆயினர். அரவிந்தரின் இளைய சகோதரரான பரீன் எனப்படும் பரீந்திர குமார் கோஷ், இங்கிலாந்தில் பிறந்து ஒரு வயதில் இங்கு கொண்டு வரப்பட்டவர். இங்கிலாந்துக் குடியுரிமை உள்ளவர் என்கிற அடிப்படையில் அவர் சில உரிமைகளைப் பெறுவதற்கு நீதிமன்றம் அனுமதி அளித்தபோதும், ஒரு தேசபக்தர் என்கிற வகையில் அவர் அதை மறுத்துவிட்டார். விடுதலை அடைந்தபின், 'ஸ்டேட்ஸ்மன்' முதலான இதழ்களில் பத்திரிகையாளராகப் பணி செய்த பரீன் கோஷ், 1959-ல் இயற்கை எய்தினார்.

அரவிந்தர் விடுதலையானது, ஆங்கில அரசுக்கு மிகப்பெரிய ஏமாற்றமாக இருந்தது. மேல்முறையீடு குறித்து அது யோசித்தபோது அதில் பயனில்லை என்பதைச் சட்டவல்லுனர்கள் சுட்டிக் காட்டியதை ஒட்டி, 1909-ல் அரவிந்தருக்கு எதிரான மேல் முறையீட்டு முயற்சியை அரசு கைவிட்டது.

மானிக்டோலா சதி வழக்கிற்குப் பின்பு பகா ஜதின் தலைமையில், மீண்டும் அனுஷீலன் சமிதி உயிர்ப்பிக்கப்பட்டது. வங்கத்திற்கு அப்பால் பிஹார், ஒரிசா, உ.பி. ஆகியவற்றிலும் அதற்குக் கிளைகள் தொடங்கப்பட்டன. அமரேந்திர சட்டர்ஜி, நரேன் பட்டாசார்யா, ராஷ்பிஹாரி போஸ் முதலான தலைவர்கள் சமிதியில் இணைந்து செயல்பட்டனர். புத்துயிர் பெற்ற சமிதி செயலில் இறங்கியது. அலிப்பூர் சதிவழக்குத் தீர்ப்பு வழங்கப்பட்ட அதே ஆண்டில் (1909), சிறைக்குள் சுட்டுக் கொல்லப்பட்ட நரேன் கோஸ்வாமி கொலை வழக்கில் கொலை செய்த சமிதி உறுப்பினர்களுக்கு எதிராக வாதிட்ட வழக்குரைஞர் அசுடோஷ் பிஸ்வாசையும், 1910ஆம் ஆண்டில் அலிப்பூர் சதி வழக்கை நடத்திய துணைக் காவல் கண்காணிப்பாளர் ஷம்ஷுூல் ஆலத்தையும் அனுஷீலன் சமிதியினர் திட்டமிட்டுச் சுட்டுக்

கொன்றனர். 1914-ல் முதல் உலக யுத்தம் தொடங்கியபோது, பிரிட்டனுக்கு எதிராக ஜெர்மனி முதலான நாடுகளுடன் இணைந்து, இந்தியாவில் இருந்த பிரிட்டிஷ் ஆட்சியைக் கவிழ்க்கவும் அது முயற்சிகள் செய்து பார்த்தது.

சிறை வாழ்வின் ஊடாகத் தன் இறுதிப் பரிணமிப்பை அடைந்த அரவிந்தர், ஃப்ரெஞ்ச் ஆட்சியில் இருந்த புதுச்சேரிக்கு வந்து 1910இல் தன் ஆன்மீகப் பயணத்தைத் தொடர்ந்தார். ஃப்ரான்ஸ் நாட்டிலிருந்து வந்த மிர்ரா அல்போன்சா என்கிற அம்மை, அந்தப் பயணத்தில் அவருடன் இணைந்து கொண்டார். 1926-ல் அரவிந்தரும் அன்னையும் இணைந்து அரவிந்தா ஆஸ்ரமத்தை புதுச்சேரியில் உருவாக்கினர். அரவிந்தர் தன் மகா காவியமான சாவித்ரி, *The Life Divine* முதலான முக்கிய நூல்களை எழுதினார். வங்கப் பிரிவினையால் கிளர்ந்து எழுந்த முதற்கட்ட தீவிர தேசியவாதிகள் எல்லோரையும் போல ஸ்ரீ அரவிந்தரும் பகவத் கீதைக்கு உரை எழுதினார். டிசம்பர் 5, 1950 அன்று அவர் இயற்கை எய்தினார்.

4. புதுச்சேரியில் ஆன்மீகப் பயணத்தைத் தொடர்ந்த அரவிந்தர், பகவத் கீதையிலிருந்து கற்றுக்கொண்ட பாடம்!

இதுவரை சொன்னவை, கிடைக்கும் முக்கிய ஆதாரங்களின் அடிப்படையில் அலிப்பூர் வழக்கு மற்றும் சிறை அனுபவங்கள் குறித்து நாமறியும் வரலாறு. இனி, இந்த வழக்கு மற்றும் சிறை அனுபவங்கள் குறித்து ஸ்ரீ அரவிந்தர் என்ன கூறுகிறார், என்ன மாதிரி உணர்வுகளைப் பெற்றார் எனப் பார்ப்போம்.

அரவிந்தர் மே 2, 1908 அதிகாலை அவரது அலுவலகத்தில் கைது செய்யப்பட்டு, மே 5 அன்று, அவரும் கைது செய்யப்பட்ட மற்றவர்களும் அலிப்பூர் சிறையில் அடைக்கப்படுகின்றனர். சரியாக ஓராண்டு முடிந்து மே 6, 2009 அன்று, குற்றச்சாட்டு நிறுவப்படாத நிலையில் அரவிந்தர் விடுதலை செய்யப்படுகிறார். அழகான ஆங்கில நடையில் எழுதக்கூடியவர் ஆயினும், இந்த அனுபவங்களை அவர் 'சுப்ரபாத்' எனும் வங்க இதழில் வங்க மொழியில் எழுதுகிறார். உத்தர்பாரா என்னுமிடத்தில் அவர் சிறை வாழ்வில் பெற்ற ஆன்மீக அனுபவங்கள் குறித்துப் பேசியுள்ளதாகவும் ஒரு பதிவு உள்ளது. இது தவிர, சிறையிலிருந்தபோது 'Invitation' (அழைப்பு) என்றொரு கவிதையையும் அவர் எழுதியதாக அறிகிறோம்.

சிறை வாழ்க்கை குறித்த அவரது இந்தக் குறுநூல், 89 ஆண்டுகளுக்குப் பின் 1998-ல்தான் விஜயலஷ்மி என்பவரால் தமிழில் மொழிபெயர்க்கப் பட்டுள்ளதாகத் தெரிகிறது. ஆங்கில வடிவத்தை இணையத்தில் தரவிறக்கம் செய்துகொள்ள இயலும். ஒரே வீச்சில் சோர்வின்றிப் படித்துவிடக்கூடிய குறு நூல் இது. சிறைவாழ்வின் ஊடாகத் தான் பெற்ற ஆன்மீக அனுபவங்கள், ஆன்மீக வாழ்வை நோக்கி அடைந்த உந்துதல் ஆகியவை பற்றி எழுதுவது தன் நோக்கமில்லை என அவர் கூறியபோதும், பிற்பகுதி மிகவும் நகைச்சுவையோடு எழுதப்பட்டுள்ள போதும், அதனூடாக அவரடைந்த ஆன்மீக அனுபவங்களை வாசிக்கும் நம்மால் உணர முடிகிறது. அது மட்டுமல்ல. அவரிடம் திடம் பெற்றிருந்த சில உலகப் பார்வைகள், தேசியப் பண்பு குறித்த கண்ணோட்டங்கள், மனிதர்கள் மற்றும் குற்றச் செயல்கள் குறித்த பார்வைகள் ஆகியன பற்றியும் நாம் அவரது இக்குறுநூல் ஊடாக விளங்கிக்கொள்ள இயல்கிறது. சிலவற்றைப் பார்க்கலாம்.

நாம் இதுவரை பார்த்த அலிப்பூர் சதி வழக்குத் தொடர்பான வரலாற்று விவரங்கள் அனைத்தும், இன்று அனைவராலும் ஏற்றுக் கொள்ளப்பட்ட ஒன்று. யாரும் அவற்றை மறுப்பதற்கில்லை. அரவிந்தரைப் பொருத்தமட்டில் இதுகுறித்து அவர் எதையும் உண்மை என்று ஏற்பதோ பொய்யென்று மறுப்பதோ இல்லை. அவரது கதையாடல் இப்படித் தொடங்குகிறது. ஒருநாள் அவர் தனது அலுவலகத்தில் இருக்கும்போது ஒரு தந்தி வருகிறது. "ஒரு வெடிகுண்டு சம்பவத்தில் இரு ஐரோப்பியப் பெண்மணிகள் கொல்லப்பட்டதை அதிலிருந்து அறிந்தேன்" எனப் பதிவு செய்யும் அரவிந்தர், எனினும் தானே அதில் முதன்மைக் குற்றவாளியாக்கப் படுவோம் என அப்போது அறிந்திருக்கவில்லை என்கிறார். உடனடியாகத் தன் தம்பி பரீன் கோஷைத் தொடர்புகொண்டு இது தொடர்பான ஆதாரங்கள், சான்றுகள் ஆகிய அனைத்தையும் அகற்றுமாறு தெரிவித்தார் என்று பதிவுகள் உள்ளன. எனினும், இக்குறுநூலில் அவர் அதைச் சொல்லவில்லை.

அரவிந்தரிடமிருந்து தகவல் கிடைத்த போதும், போலீஸ் வருமுன் அரவிந்தர் - பரீன் சகோதரர்களின் மானிக்டோலா வீட்டில் இருந்த ஆதாரங்கள் எல்லாவற்றையும் அகற்ற இயலவில்லை. பிரசுரங்கள் தவிர வெடிமருந்துகள், வெடிகுண்டுகள், detonators கீதைப் பிரதிகள் உட்பட ஏராளமான ஆதாரங்களைப் போலீஸ் கைப்பற்றுகிறது. அரவிந்தரின் '48, கிரே ஸ்ட்ரீட்' அலுவலகத்தில் வெடிகுண்டு முதலானவை கைப்பற்றப்படாத போதும், குறைந்தபட்சம் வேறு இரண்டு இடங்களில் அவை அதிக அளவில் கைப்பற்றப்பட்டன.

கைது செய்யப்பட்டவர்கள் மாஜிஸ்ட்ரேட் முன் நிறுத்தப்படும்போது, அவர்களில் பெரும்பாலோரை அரவிந்தர் முதன்முதலாக அங்குதான் பார்த்ததாகச் சொல்கிறார். சிறைக்குள்ளும் அவர், வெகு சிலருடன்தான் சற்றுக் கலகலப்பாகப் பழுகுகிறார். ஓரிரவு, சிறையில் எல்லோரும் பாட்டும் கூத்துமாய்க் கழித்தபோதும் அரவிந்தர் அதில் கலந்து கொள்ளவில்லை. எனினும், அவரோடு கைது செய்யப்பட்ட அந்த இளைஞர்களிடம் அவருக்கு அன்பு இருக்கவே செய்கிறது. அது அவரது எழுத்துக்களில் ஆங்காங்கு வெளிப்படவும் செய்கிறது.

ஒன்று தெளிவாகத் தெரிகிறது. அரவிந்தர் சிலவற்றைச் சொல்ல விரும்பவில்லை ஆயினும், பொய்யாக எதையும் புனையவும் இல்லை. அவர் அப்படியானவர் இல்லை. அவரே அக்குழுவின் ஆதர்சம், வழிகாட்டி என்ற போதிலும், அவர் நேரடியாகக் கீழ்மட்டம் வரைக்கும் தொடர்புடையவராக இருக்கவில்லை. அனுஷீலன் சமிதியின் அமைப்பு வடிவமே அப்படி அமைந்துள்ளதை வேறு பலரும் சொல்கின்றனர். வங்கப் பிரிவினையை ஒட்டி இங்கு ஏற்பட்ட எழுச்சியின் ஊடாகத் திலகர், விபின் சந்திரபாலர் முதலானோர் தலைமையில் இங்கு ஏற்பட்ட எழுச்சி, பிரிட்டிஷாரை ஆங்காங்கு கொன்று அச்சுறுத்தி, அதனூடாக ஓர் எழுச்சியை ஏற்படுத்துவது என்கிற அணுகல் முறையைக் கொண்டிருந்து. அரவிந்தர் இதில் முழு உடன்பாடு உடையவராகவே இருந்தார் என்பதை யாரும் மறுக்க

இயலாது. அதற்குத் தோதாக, "எதிரே இருப்பது சகோதரரே ஆனாலும், களத்தில் எதிரியாயின் அங்கே கொலைதான் அறம்" எனப் போதித்த பகவத் கீதையை அவர்கள் இந்து மதத்தின் புனித நூலாக முன்னிலைப்படுத்தத் தொடங்கினர் என்பது வரலாறு. அரவிந்தர் தொடங்கி நம் பாரதி வரை, அன்று கீதைக்கு யார்தான் உரை எழுதவில்லை?

இன்னொருவரும் கீதைக்கு உரை எழுதினார். அவர் பெயர் மகாத்மா காந்தி. அவரைப் பின்னர் பார்ப்போம். இங்கு அரவிந்தரைத் தொடர்வோம்.

மேல்நாட்டிலிருந்து திரும்பி வந்ததும், "காங்கிரசின் விண்ணப்பக் கொள்கைக்கு எதிராக மிகவும் தீவிரமான கட்டுரைகளை" தான் எழுதத் தொடங்கியதாக அரவிந்தர் குறிப்பிடுகிறார் (முன் குறிப்பிட்ட நூல் பக்.66). காந்தியின் வருகைக்கு முந்திய இந்திய சுதந்திரப் போராட்ட வரலாற்றை எழுதுபவர்கள், "மிதவாதிகள் X தீவிரவாதிகள்" என இரு பிரிவுகளாகச் சுதந்திரப் போராட்டத்தினரைப் பிரிப்பதை அறிவோம். அதாவது கோகலே, ரானடே முதலான காங்கிரஸ் தலைவர்கள் ஆங்கிலேய அரசிடம் விண்ணப்பம் செய்தே உரிமைகளைப் பெற்றுவிடலாம் எனக் கருதியதாகவும், திலகர் முதலானோரே ஒரு போரை நடத்தி உண்மையான விடுதலையைச் சாத்தியப்படுத்தும் மனம் மற்றும் கொள்கைத் திடம் கொண்டவர்களாகவும் இருந்தனர் என்பதும் இதன் பொருள். தனது எழுச்சிமிகு கட்டுரைகளைப் பார்த்துவிட்டு ரானடே தன்னிடம் சிறைச்சாலைச் சீர்திருத்தங்கள் பற்றிப் பேசியதாகவும், இந்த எதிர்பாராத யோசனையைக் கேட்டுத் தான் 'ஆச்சரியமும் அதிருப்தியும்' அடைந்ததாகவும் அரவிந்தர் எழுதுகிறார் (பக்.60).

ஆக, முன்னதாகப் பிரஃபுல்லா சகி, அவரால் அறிமுகப்படுத்தப்பட்ட குதிராம்போஸ் என்கிற பதின் வயது இளைஞன் ஆகியோரை, ஆங்கில நீதிபதி கிங்ஸ்ஃபோர்டைக் கொல்வதற்காகக் கையில் சக்தி வாய்ந்த வெடிகுண்டுகளுடன் தன்

தம்பி அனுப்பிய நுண் விவரங்கள் ஒருவேளை அரவிந்தருக்குத் தெரியவில்லை எனக் கொண்டாலும், இந்த நடவடிக்கையில் அவருக்கு முழு உடன்பாடு இருந்ததே உண்மை. தன்னுடைய வீட்டில் ஒரு வெடிகுண்டுத் தொழிற்சாலை இயங்கியதை எல்லாம் அரவிந்தர் அறியாதிருந்தார் என்பதல்ல!

சிறைக்குள் இன்னொரு மிகப்பெரிய தண்டனைக்குரிய குற்றச் செயலையும் அக்குழு செய்ததைப் பார்த்தோம். அரவிந்தரை எப்படியாவது முக்கியக் குற்றவாளியாக நிறுத்தி அவரது கதையை முடிக்க வேண்டும் என நினைத்த ஆங்கில அரசு, அதற்காகவே, கைது செய்யப்பட்ட 49 பேர்களில் ஒருவனை 'அப்ரூவராக' மாற்றுகிறது. அவனுடன் உளவுத்துறை பேசி, அவனைத் தயார் செய்கிறது. சிறைக்குள் அவனை இவர்கள் சுட்டுக் கொன்றதைப் பார்த்தோம். சுட்டவர்களுக்கு மரண தண்டனை விதிக்கப்படுகிறது. முழுக்க முழுக்க அரவிந்தரைக் காப்பாற்றுவதற்காகவே செய்யப்பட்ட கொலை இது! அரவிந்தரின் சகோதரர் பரீன் கோஷால் இது கச்சிதமாகத் திட்டமிட்டுச் செய்யப்படுகிறது. சிறை அதிகாரிகளின் இரக்க அல்லது சபல குணத்தைப் பயன்படுத்தி இரண்டு கைத்துப்பாக்கிகள் வெளியிலிருந்து கொண்டுவரப்பட்டு இது நிறைவேற்றப்படுகிறது. வங்கச் சிறை அதிகாரிகள் இருவரின் வேலையும் இதனால் பறிபோகிறது.

இது குறித்து அரவிந்தர் நான்கு இடங்களில் பதிவு செய்கிறார்:

1. ஓய்வூதியத்துடன் பணி ஓய்வு பெறலாம் எனக் கனவு கண்டவரும், தனது அதிகாரத்தைப் பயன்படுத்தி அரவிந்தருக்குப் பல உதவிகள் செய்தவருமான சிறை அதிகாரி யோகேந்திர பாபு ஓய்வூதியம் எல்லாம் இல்லாமல் டிஸ்மிஸ் செய்யப்பட்டதைச் சொல்ல வரும்போது, "நரேன் கோஸ்வாமி கன்னையாவினால் சுட்டுக் கொல்லப்பட்டார்" (பக். 48) என்று மட்டும் பதிவு செய்வது ஒன்று.

2. சிறையில் அரவிந்தரிடம் அன்பாக நடந்துகொண்ட மருத்துவர் வைத்யநாதபாபுவும் அவ்வாறே, கோஸ்வாமியின்

படுகொலைக்காகப் பணிநீக்கம் செய்யப்படுகிறார். அதைப்பற்றிச் சொல்ல வரும்போது அவரைப்பற்றி அரவிந்தர் சிறப்பாக உரைத்தாலும், மனிதர்களைச் சரியாக எடைபோடும் திறமை அவருக்குப் போதிய அளவு இல்லாததாலேயே, சத்யேந்திரநாத் மற்றும் கன்யாலால் ஆகியோரால் 'அந்த விபரீதம் நடந்தது' (பக்.52) என முடிக்கிறார். திட்டமிட்டுத் தம் குழுவினர் செய்ததை, ஏதோ இயல்பாக நடந்த 'விபரீதம்' என்கிறார்.

3. அரசுத்துறை வழக்குரைஞராக வாதிட்ட அன்றைய புகழ்பெற்ற வழக்குரைஞர் நார்டனின் அட்டகாசங்களை மிக்க நகைச்சுவைடன் விவரிக்கப் பல பக்கங்களைச் செலவிடும் அரவிந்தர், நார்டன் மட்டும் சாட்சிகளை மிரட்டி வற்புறுத்தும் செயல்பாடுகளில் ஈடுபடாமல் இருந்திருந்தால், "வழக்கில் சில அனாவசியமான அசம்பாவிதங்களைத் தவிர்த்திருக்கலாம்" (பக்.76) என்கிறார். இங்கு கோஸ்வாமி பற்றி ஏதும் கூறவில்லை என்றாலும், அப்படியான ஒரு 'அசம்பாவிதங்களில்' ஒன்றாகவே அவர் கோஸ்வாமியின் கொலையையும் உள்ளடக்க முயல்கிறார்.

4. கோஸ்வாமி அப்ரூவராக மாறிய வரலாறு, அவனை இவர்கள் கையாண்ட முறை குறித்தெல்லாம் விவரமாகவும் நகைச்சுவையாகவும் விவரிக்கச் சுமார் 13 பக்கங்கள் (பக். 98-111) எடுத்துக்கொள்ளும் அரவிந்தர், அவன் எவ்வாறு கொலை செய்யப்பட்டான் என்பதை மட்டும் சொல்லாமல் மீண்டும் நார்டனைப் பற்றிய கதைக்குத் தாவுகிறார்.

சட்டச் சிக்கல்களைத் தவிர்ப்பதற்காக, இப்படித் தாங்கள் திட்டமிட்டுக் கொன்றது குறித்து விரிவாகப் பேசுவதை அரவிந்தர் தவிர்த்திருப்பார் எனத் தோன்றலாம். அது சரியல்ல! கோஸ்வாமியைக் கொன்ற நிகழ்ச்சி, சிறை வளாகத்திற்குள் அதிகாரிகள் கண்முன் நிகழ்ந்த ஒன்று. கொன்றவர்கள் துப்பாக்கியுடன் சரணடைந்தனர். குற்றம் நிறுவப்பட்டுத் தண்டிக்கவும் பட்டனர். இந்நிலையில் அதைத் தந்திரோபாய

ரீதியாக அரவிந்தர் தவிர்த்தார் எனச் சொல்வதில் பொருளில்லை. நார்டனின் கெடுபிடியால் தங்கள் குழுவில் இருந்த அசோக் நந்தி இறந்தது குறித்தெல்லாம் கண்ணீர் உதிர்க்கும் அரவிந்தர், இப்படி கோஸ்வாமி கொலை செய்யப்பட்டது குறித்துச் சாதிக்கும் மௌனத்தை அப்படியெல்லாம் எளிதில் விலக்கி அகல முடியாது. கோஸ்வாமியின் உயிரையும், அசோக் நந்தியின் உயிரையும் அவர் வேறுபடுத்திப் பார்க்கிறார். ஒன்று எதிரியின் உயிர். இன்னொன்று தங்களின் உயிர். கோஸ்வாமியும் அவர்களில் ஒருவனாகவே இருந்தாலும், இன்று அவன் எதிரி. அவனைக் கொல்வது பாவமல்ல; அதுவே நீதி. இதுதான் பகவத் கீதையிலிருந்து அவர்கள் கற்றுக்கொண்டது.

5. அரவிந்தரின் சாராம்ச வாதம்!

ஸ்ரீ அரவிந்தரின் இந்தச் சிறைக் குறிப்புகளை வாசித்தால் ஒன்று விளங்குகிறது. ஆங்கிலக் காலனி அரசு எத்தனை கொடூரமாக இருந்தபோதிலும் இப்படியான 'தேசத் துரோகிகளை'க் கையாள்வதில் இன்றைய அரசுகளைக் காட்டிலும் பல மடங்கு, சட்டபூர்வமாகவும் கருணையோடுமே இருந்துள்ளனர் என்பதுதான் அது. இதன் பொருள், ஆங்கில அரசு இரக்கம் நிறைந்தது என்பதல்ல.

இந்தப் பிரச்சினையில் நாம் சிலவற்றைச் சற்றே கூர்ந்து கவனம் கொள்ள வேண்டும். அரசு என்பது, மார்க்சியம் சொல்வதுபோல ஓர் அடக்குமுறைக் கருவி என்பதை மறந்துவிடக் கூடாது.. நவீன அரசுகளில் சிறைச்சாலை என்கிற நிறுவனம் எத்தகைய நுணுக்கமான அடக்குமுறைக் கருவியாகச் செயல்படுகிறது என்பதை .ஃபூக்கோ முதலான நவீன சிந்தனையாளர்கள் விளக்கியுள்ளனர். இவற்றின் நடைமுறை எடுத்துக்காட்டாகத்தான் அன்றைய பிரிட்டிஷ் சிறைகள் இருந்தன. காலனிய ஆட்சிகள் முடிவுக்கு வந்து உலகளாவிய மனித உரிமைப் பிரகடனங்கள், அதை ஒட்டிய சட்ட ரீதியான பாதுகாப்புகள் *(civil and economic rights conventions)* எதுவும் இல்லாத ஒரு காலகட்டம் அது என்பதையும் நாம் நினைவில் கொள்ள வேண்டும். இன்று பல்வேறு மட்டங்களில் இந்த உரிமைகள் எல்லாம் நடைமுறைக்கு வந்துள்ள போதிலும், இன்னொரு பக்கம் *National Security* என்கிற பெயரில் அவை பறிபோய்க் கொண்டுள்ளன என்பதையும் நாம் கவனத்தில் கொள்ள வேண்டும். இந்தியா உட்பட இன்றைய உலக அரசுகள் பலவும் இதற்கொரு எடுத்துக்காட்டு.

இதெல்லாம் கிட்டத்தட்ட ஒரு முன்னூறு ஆண்டுகளுக்கும் மேலாகவே பெரும்பாலும் உலகப் பொதுவான நடைமுறைகளாக உள்ளன. பள்ளிக்கூடம், மருத்துவமனை, சிறைச்சாலைகள் என்கிற நவீன நிறுவனங்கள் அனைத்தும் எவ்வாறு அடக்குமுறை நிறுவனங்களாக உள்ளன என்பதைப் பின்நவீன சிந்தனையாளர்கள் விரிவாக விளக்கியுள்ளனர். இவை எல்லா நாடுகளுக்கும் பொதுவான பண்புகள்.

சமத்துவச் சமூகம் ஒன்றை உருவாக்குவதற்கென மேலெழுந்த சோஷலிசக் கட்டுமானங்களிலும், இந்த நிறுவனங்கள் அப்படித்தான் அமைந்தன. எம்மா கோல்ட்மான் போன்ற அமெரிக்க இடதுசாரிப் பெண்ணியவாதிகள் லெனின் காலத்திய பள்ளிக்கூடங்களையும் கல்வி முறையையும் பார்த்துவிட்டு மிகவும் மனம் கலங்கி அவற்றின்மீது வைத்த விமர்சனங்களை, நாம் அத்தனை எளிதாக மறந்துவிட இயலாது. லெனின் போன்ற புரட்சியாளர்களின் தலைமையிலும் வழிகாட்டலிலும் சொத்துடைமை ஒழிக்கப்படுவதை நோக்கி நகர்ந்துகொண்டிருந்த ஒரு சமத்துவ ஆட்சியாக அது இருந்த போதிலும் பள்ளிகூடம், சிறைச்சாலை முதலான இந்த நவீன நிறுவனங்கள் அவற்றுக்கே இயல்பான ஒடுக்குமுறைப் பண்புகளுடன்தான் விளங்கின என்பது குறிப்பிடத்தக்கது. எம்மா கோல்ட்மானின் பதிவுகள் இதை உறுதி செய்கின்றன.

அந்நிய ஆட்சியை வன்முறை கொண்டு அகற்ற முனைந்திருந்த 'அனுஷீலன் சமிதி' மேற்கொண்ட ஒரு வெடிகுண்டுத் தாக்குதல் நடவடிக்கையில் கைதானவர்கள் எல்லோரும், அவர்கள் கைதான

கணத்திலிருந்து சரியாக ஓராண்டில் அவர்கள் தண்டிக்கப்படும் வரை எவ்வாறு நடத்தப்படுகின்றனர் என்பது அரவிந்தரின் இக்குறு நூலில் துல்லியமாகப் பதிவு செய்யப்பட்டுள்ளது. அக்காலகட்டச் சிறைகள், தனிக் கொட்டடித் தண்டனைகள், வழங்கப்படும் உணவு, விசாரணை, தீர்ப்பு எல்லாம் விரிவாகத் தொகுத்து முன்வைக்கப்படுகின்றன.

அன்றைய பிரிட்டிஷ் அரசின் இந்த நடவடிக்கைகளை, இன்றைய அரசுகள், இப்படியான சந்தர்ப்பங்களில் எவ்வாறு எதிர்கொள்கின்றன என்பதுடன் நாம் ஒப்பிட்டுப் பார்க்க வேண்டும். அதுவும் இந்த நூறாண்டு கால இடைவெளியில் ஏற்பட்டுள்ள மனித உரிமைப் பிரகடனங்கள், அவற்றுக்கான செயல் திட்டங்கள் ஆகியவற்றில் ஏற்பட்டுள்ள சீர்திருத்தங்களின் பின்னணியில் இதைப் பார்க்க வேண்டும். இவ்வளவு சீர்திருத்தங்களுக்குப் பின்னும், மனித உரிமை உடன்பாடுகளின் நிறைவேற்றத்திற்குப் பின்னும் இன்றைய சிறைகள் அப்படியேதான் உள்ளன. நீதி வழங்குமுறை என்பது இன்னும் கொடியதாகக்கூட இன்று மாறியுள்ளது.

மறுபடியும் சொல்கிறேன்: அன்றைய பிரிட்டிஷ் சிறைகள் மனிதாபிமானத்துடன் இருந்தன என நான் சொல்ல வரவில்லை. அவை கொடுரேமாகத்தான் இருந்தன. தண்டிக்கப்பட்டவர்கள் அந்தமான் சிறைக்கு அனுப்பப்பட்டார்கள். செக்கிழுக்க வைக்கப்பட்டார்கள். ஆனால், இவை அனைத்தையும் வரலாற்றுப் பின்னணியுடன் பார்க்க வேண்டுமே ஒழிய, மிகவும் குருட்டுத்தனமாக பிரிட்டிஷ் இனத்தின் சாராம்சப் பண்பாக இவற்றைப் பார்த்துவிட முடியாது. காலனியம், அன்றைய காலகட்டம் ஆகிய பின்னணிகளை முற்றாகப் புறந்தள்ளிவிட்டு, முழுக்க முழுக்க எல்லாவற்றையும் இன்றைய நோக்கிலிருந்து பார்த்து அவற்றை பிரிட்டிஷ் இனத்தின் சாராம்சப் பண்பாகப் பார்ப்பதும், இந்தியப் பண்பாடு என்பதை அதன் இருமை எதிர்வாக (binary opposition) முன்வைத்து இந்தியர்கள் இப்படியான கொடுரேமான பண்பைக் கொண்டிருக்க மாட்டார்கள் எனச் சொல்வதும் எத்தனை அபத்தம்! அரவிந்தர்

போன்ற பெருமக்கள் அத்தகைய கருத்துடன் பதியும் விஷயங்கள் மிகவும் அபத்தமாக மட்டுமின்றி அருவருப்பாகவும் உள்ளதைச் சொல்லித்தான் ஆக வேண்டும். இது அரசுகளுக்கே உரித்தான பொதுப்பண்பு என்பதே உண்மை.

இந்த வழக்கையே நாம் எடுத்து ஆய்வு செய்தால், தீவாந்திரத் தண்டனை போன்ற அக்காலக் கொடு நடவடிக்கைகள் தவிர இன்றைய அரசுடன் ஒப்பிடும்போது, அன்றைய பிரிட்டிஷ் அரசு நியாயமாகத்தான் நடந்து கொண்டுள்ளது என்பது விளங்கும். ஏன், ராஜீவ் காந்திக் கொலையாளிகள் எனக் குற்றம் சாட்டப்பட்டோரையும் நாடெங்கும் முஸ்லிம் கைதிகளையும் இந்திய அரசுகள் நடத்திய விதங்களைப் பார்த்தால், இன்றைய இந்திய அரசைக் காட்டிலும் அன்றைய ஆங்கில அரசே பரவாயில்லை என்றல்லவா தோன்றுகிறது? உலகளாவிய பயங்கரவாதம் என்கிற பெயரில் இன்று அடிப்படை உரிமைகள், பொய்யாய்ப் பழங்கதையாய்ப் போயுள்ளதுதானே எதார்த்தம்!

அரவிந்தரை எப்படியாவது கடுமையாகத் தண்டித்துவிட வேண்டும் என நினைத்தாலும், அன்றைய வெள்ளை ஆட்சியாளர்களால் சட்டத்தை மீறி அதைச் செய்ய முடியவில்லை. கைது செய்யப்பட்ட 49 பேர்களில் இருவர் தனிக் கொட்டடியில் அடைக்கப்பட்டாலும், மற்றவர்கள் சுதந்திரமாகத்தான் இருந்துள்ளனர். எந்த அளவிற்கு என்றால், வெளியிலிருந்து கைத்துப்பாக்கிகளையும் குண்டுகளையும் கடத்தி உள்ளே கொண்டுவரும் அளவிற்கு அன்று அவர்கள்மீது கண்காணிப்புகள் குறைவாகவே இருந்துள்ளன. கடுமையான சதிக் குற்றச்சாட்டிற்கு ஆளானவர்கள் என்ற போதிலும், அவர்களில் யாரும் கடும் சித்திரவதைக்கு ஆளானதாக அரவிந்தர் எந்தப் பதிவையும் செய்யவில்லை. ஆங்கில அதிகாரிகளானாலும் சரி, இந்திய அதிகாரிகளானாலும் சரி, நிறையப் படித்தவர் என்கிற வகையில் அரவிந்தரை மிக்க மரியாதையுடனேயே நடத்தியுள்ளனர். மழைக்காலத்தில் அவருடைய 'செல்'லில் இருப்பது கஷ்டமாக இருக்கும் என, அவர் மருத்துவமனையில் வந்து சற்றே வசதியாகத் தங்கிக்

கொள்ள அதிகாரிகளே ஏற்பாடு செய்துள்ளனர். வெளியிலிருந்து உடைகள், புத்தகங்கள் வரவழைத்துக்கொள்ளவும் அவர் அனுமதிக்கப்பட்டுள்ளார்.

இன்றைய சூழல்களுடன் ஒப்பிட்டுப் பார்த்தால், அன்றைய அன்னிய அரசு இப்படியான கடும் குற்றங்கள் சுமத்தப்பட்டவர்களைக் கண்ணியமாகத்தான் நடத்தியுள்ளது. விசாரணை என்கிற பெயரில் இன்று நடத்தப்படும் சித்திரவதைகள், போலி என்கவுன்டர் படுகொலைகள், வழக்கையும் நடத்தாமல் பிணையில் விடுதலையும் செய்யாமல், ஆண்டுக்கணக்கில் விசாரணைக் கைதிகளாகவே வைத்திருத்தல் என்பதெல்லாம் அலிப்பூர் சதி வழக்கில் நடக்கவில்லையே! எல்லாவற்றிற்கும் மேலாக, இவ்வளவு பேர்கள் தண்டிக்கப்பட்டும் கூட அனுஷீலன் சமிதி தொடர்ந்து இயங்க முடிந்துள்ளது. இத்தனைக்கும், இவர்கள் கைது செய்யப்படுவதற்குக் காரணமான இரண்டு அதிகாரிகள் கொல்லப்பட்டுள்ளார்கள்.

ஆனால் அரவிந்தர், அன்றைய சிறை நிலைமைகளைச் சுட்டிக்காட்டி அவற்றை ஆங்கிலேயரின் சாராம்சப் பண்பாகச் சொல்லிக்கொண்டே இருப்பதும், இந்தியர்கள் அப்படியான இழி பண்புகள் இல்லாதவர்கள் எனச் சொல்வதும் தொடர்ச்சியாக நூல் முழுக்கவும் மேற்கொள்ளப் பட்டிருப்பதால்தான், இதை எல்லாம் இன்று இங்கு சொல்லவேண்டி உள்ளது.

ஓரிடத்தில், "தாய்நாட்டன்பு, தியாகம், வறுமை, விரதத்தின் மாண்பு ஆகியவற்றையெல்லாம் இந்த ஆங்கிலேய மரமண்டைக்குள் ஏற்றுவதற்கு முடியாத காரியம் என்று அந்த வீண் முயற்சியில் நான் இறங்கவில்லை" - என, விசாரணையின்போது ஓர் அதிகாரி கேட்கும் ஒரு எக்குத்தப்பான கேள்வி குறித்து அரவிந்தர் பதிவு செய்கிறார் (பக்.6). கேள்வி அபத்தமாக இருந்தபோது, அது அந்த நபரின் வக்கிரபுத்தி என்று போகாமல் அதை ஆங்கிலேய இனத்தின் பண்பாகச் சொல்வதும், இந்தியப் பண்பு அதுவல்ல என்பதும் கவனிக்கத் தக்கன. இதையெல்லாம்விடக் கொடூரமான

வக்கிரத்துடன் இந்தியக் காவல்துறை நடந்து கொண்டதற்கும், நடந்துகொண்டிருப்பதற்கும் ஆயிரம் எடுத்துக்காட்டுகளை நம்மால் காட்ட முடியும். அவற்றை இந்தியர் அல்லது தமிழர்கள், கிறிஸ்தவர்கள், முஸ்லிம்கள் என யாரொருவரின் சாராம்சப் பண்புகளாகச் சொல்லிவிட முடியுமா? ஒரு மகானுடைய சிந்தனைகள் என நாம் இவற்றைக் கொண்டாட முடியுமா?

இதையெல்லாம் சொல்வது, "தான் பட்ட சிறைத் துயர்களைச் சொல்வதற்காக அல்லவென்றும், நாகரிகமடைந்த ஆங்கிலேயர் ஆட்சியில் விசாரணைக் கைதிகளுக்காக எத்தகைய விசித்திரமான ஏற்பாடுகள் உள்ளன என்பதையும், நிரபராதிகள் எத்தனை நீடித்த வேதனைகளை அனுபவிக்க வேண்டியிருக்கிறது என்பதையும் எடுத்துக்காட்டவே" (பக். 29, 30) என்றும், பிறிதோரிடத்தில் குறிப்பிடுகிறார் அரவிந்தர். இப்படி எல்லாவற்றையும் ஆங்கிலேயரின் சாராம்சப் பண்பாகத்தான் அவரால் பார்க்க முடிகிறதே ஒழிய, இவற்றை எல்லா ஆட்சியாளர்களின், எல்லா தண்டனை நிறுவனங்களின் பொதுப் பண்பாகவும் அவரால் பார்க்க இயலவில்லை. பண்டைய அரசுகள், ஆட்சி நெறிகள் பற்றி கௌடில்யன், மனு போன்றோர் எழுதி வைத்துள்ளவற்றையெல்லாம் இந்த மகான் படித்ததில்லையா என்கிற கேள்வியை மனசாட்சியுள்ள யாரும் எப்படித் தவிர்க்க இயலும்?

இப்படியான இழி பண்புகள் யாவும், "பிரிட்டிஷாரிடம் குடிகொண்டுள்ள குணக்குறையாகும். ஷத்திரியர்களுக்குரிய குணத்தை ஆங்கிலேயர்கள் பெற்றிருந்தும், விரோதிகள் மற்றும் எதிர்க்கட்சிக்காரர்களை நடத்துவதில் இவர்கள் நூற்றுக்கு நூறு வியாபாரிகளே (வைசியர்களே)" (பக்.31, 32) என்கிறார் அரவிந்தர். சத்திரியர், வைசியர், சூத்திரர் என சாராம்சப் பண்புகளை ஏற்கும் இந்த வருணாசிரம மனநிலை, அவரில் ஆழப் பதிந்து கிடப்பதன் விளைவே அவரது மொழி இவ்வாறு அமைவது.

சரி. ஒருவேளை, ஒரு நற்குணம் மிக்க வெள்ளை அதிகாரியைச்

சந்தித்தால், இவர் தனது சாராம்சக் கோட்பாட்டின்படியாக எப்படி அதை விளக்குவார்? ஓர் எடுத்துக்காட்டைச் சுட்டிக்காட்ட முடியும். அது: அலிப்பூர் சிறை அதிகாரி எமர்சன், உதவி மருத்துவர் வைத்யநாத் சட்டர்ஜி இருவரும் அரவிந்தரின் அனுபவத்தில் நல்லவர்கள். முன்னவர் ஆங்கிலேயர். மற்றவர் இந்தியர். இவர்களைப் பற்றிச் சொல்லும்போது, "ஒருவர், ஐரோப்பாவில் அநேகமாக மறைந்துவிட்ட கிறிஸ்தவ தர்மத்தின் அவதாரம்; மற்றவர் ஹிந்து தர்மத்தின் சாரமான தயை, பரோபகாரத்தின் நடமாடும் மூர்த்தி" (பக்.46) என்பார்.

இத்தோடு நிறுத்திக் கொள்கிறேன். இதற்கு விளக்கம் தேவை இல்லை. அரவிந்தர், மகான் என இன்று போற்றப்படுகிறார். இப்படி மனிதர்களை இனம், வருணம் என்றெல்லாம் சாராம்சப்படுத்திக் காண்பவர்களாக மகான்கள் இருக்க இயலுமா?

தனக்கு மலம் அள்ளவும், ஆடைகள் துவைக்கவும், தண்ணீர் கொணரவும் பணிக்கப்பட்ட 'தோட்டி' முதலான பல தூய்மைத் தொழிலாளிகளைப் பற்றிக் குறிப்பிடும் அரவிந்தர், அவர்களைப் பெயர் சொல்லிக்கூட அடையாளப்படுத்துவதில்லை என்பதும் குறிப்பிடத்தக்கது..

இந்த வரிகளை நான் எழுதிக்கொண்டிருக்கும்போது, இப்படியான சந்தர்ப்பங்களில் மகாத்மா காந்தியின் மொழி எவ்வாறு இருந்திருக்கும் என்கிற கேள்வி என்னுள் எழுந்து நெஞ்சு கனக்கிறது.

6. "சநாதன தர்மத்தை மீட்டெடுப்பதே விடுதலை!"
– அரவிந்தர்

இந்திய தேசியம், இந்துத்துவ அரசியல் ஆகியவற்றின் உருவாக்கத்தைப் புரிந்துகொள்ள, நாம் 18ம் நூற்றாண்டின் பிற்பகுதியிலிருந்து தொடங்க வேண்டும். இந்துத்துவத்தின் வரலாறு, 1925ல் ஆர்.எஸ்.எஸ்சின் உருவாக்கத்தோடு தொடங்குவதாகக் கருதுவது அபத்தம். குறைந்தபட்சம் 19ம் நூற்றாண்டிலிருந்து தயானந்த சரஸ்வதி, அரவிந்தர், விவேகானந்தர் ஆகியோரிடமிருந்து அதைத் தொடங்க வேண்டும்.

இந்தியச் சுதந்திரப் போராட்டத்தின் வரலாற்றை நாம் 1857-லிருந்து தொடங்கினாலும், அதிலொரு பண்புமாற்றம் 1905ல் உருவாகிறது. காந்தியின் வருகையோடு மீண்டும் ஒரு பண்புமாற்றம் 1918 வாக்கில் உருவாகிறது. 1905ல் உருவான சுதந்திர வேட்கை என்பது - வெள்ளையர் ஆட்சியைத் தனிமனித பயங்கரவாதம், ஆயுதப் போராட்டம் ஆகியவற்றின் ஊடாக அச்சுறுத்தி முடிவுக்குக் கொண்டுவருவது என்கிற நிலையை எடுத்ததைப் பார்த்தோம். காந்தி களத்தில் நுழையும்வரை, வெகு மக்கள் அணிதிரட்டப் படுதல் என்பது முதன்மைப் படுத்தப் படவில்லை.

இந்தியர் என்போர் யார்? சுதந்திர இந்தியாவில் முஸ்லிம்களின் நிலை என்ன? முதலான கேள்விகள் எல்லாம் அப்போது உருவாகவே இல்லை. முஸ்லிம்களுக்கு ஒரு தனிநாடு என்பதும், அப்போது விவாதத்திற்குரிய பொருளாகவில்லை. முக்கிய எதிரி வெள்ளையர்கள். அவர்கள் வெளியேற்றப்பட வேண்டும் என்பதுதான் அப்போது மேலெழுந்திருந்த உணர்வு! முஸ்லிம்கள் எதிரிகளாகக் கட்டமைக்கப்படுவது, இக்காலகட்டத்தில் தொடங்கப் படவில்லை. ஆயினும், இந்துக்களின் எழுச்சி என்பதனூடாகவே வெள்ளையர்களிடமிருந்து ஆட்சி அதிகாரத்தை வென்றெடுக்க வேண்டும் என்கிற உணர்வு அப்போதே மேலெழுந்திருந்ததை நாம் விளங்கிக் கொள்கிறோம்.

சீரழிந்து கிடக்கும் இந்துக்களின் ஆண்மையையும் சத்திரிய வீரத்தையும் மீட்டெடுக்க வேண்டும் என்கிற கருத்தை ஒரு கோட்பாடாக முன்வைத்ததில் விவேகாநந்தர், அரவிந்தர் ஆகியோரின் பங்கு முக்கியமானது. விவேகாநந்தரின் புகழ்பெற்ற "மாட்டுக் கறி, திரண்ட சதைத் திரட்சி, பகவத்கீதை *(Beef, Biceps and Gita)*" என்கிற எழுச்சி உரைகளை நாம் அவ்வளவு எளிதாக மறந்துவிட இயலாது. முஸ்லிம்களை எதிராக நிறுத்தும் நிலை அக்காலத்தில் தொடங்கவில்லை என்றாலும், புதிய இந்திய எழுச்சி என்பது இந்துக்கள், இந்துமதம், சத்திரிய வீரம், பகவத் கீதை என்கிற வடிவங்களின் ஊடாகவே அடையாளப் படுத்தப்பட்டது என்பதை நாம் மறந்துவிடக் கூடாது.

இந்த முதற்கட்ட எழுச்சியின் அத்தனை கூறுகளுடன் இறுதிவரை எந்த மாற்றங்களும் இன்றி வாழ்ந்து மறைந்தவர்தான் ஸ்ரீ அரவிந்தர். ஆங்கிலேய நாகரிகத்தில் அமிழ்ந்திருந்த ஒரு மிகப்பெரிய குடும்பத்தில் பிறந்தவர் அவர். சிறு வயதில் வங்கமொழி அறியாமலே வளர்க்கப்பட்டவர். கிரேக்கம், ஆங்கிலம், ஃப்ரெஞ்ச் மொழிகளினூடாகவே அவரது இளம் வயதுக் கல்வி முழுமையும் அமைந்தது. பிரிட்டனில்தான் அவர் ஐ.சி.எஸ் வரை படித்தார். கேம்ப்ரிட்ஜில் படிக்கும்போது அவருக்கு ஃப்ரெஞ்ச் வீராங்கனை ஜோன் ஆஃப் ஆர்க், இத்தாலிய தேசியவாதி மாஜினி ஆகியோர் மேல் ஆர்வம்

மேலிட்டது. இந்தியன் மஜ்லிஸ் அமைப்பின் செயலராக இருந்த அவர், 1883ல் இங்கிலாந்தை விட்டுப் புறப்பட்டபோது "தாமரையும் குறுவாளும் (Lotus and Dagger)" எனும் இரகசிய அமைப்பில் இணைந்திருந்தார்.

பரோடாவில் அவர் மன்னரின் பணியில் இருந்தது, பின் 1905ல் வங்கம் வந்து 1906ல் அங்கிருந்த தேசியக் கல்லூரியில் முதல்வரானது முதலியவற்றை அறிவோம். தனது எழுத்துப் பணிகளினூடாக இளைஞர்களைத் திரட்டுவது என்பது, இக்கால கட்டத்தில் அவரது செயல்பாடாக இருந்தது. தீவிர மத உணர்வுடன் கூடிய ஒரு தேசியத்தை முன்வைத்து இயங்கிய அவர் அனுஷீலன் சமிதியை உருவாக்கினார். "சுதேசிக் கொள்ளை (Swadeshi Dacoity)" என அக்காலத்தில் அழைக்கப்பட்ட கொள்ளை நடவடிக்கைகளை மேற்கொள்ளுதல், வெடிகுண்டுகள் உற்பத்தி செய்தல், வெள்ளை அதிகாரிகளைக் கொல்லுதல் என்பதாக அவர்களது அமைப்பு நடவடிக்கைகள் அப்போது அமைந்தன.

அலிப்பூர் சதி வழக்கில் ஓராண்டுச் சிறைவாசத்திற்குப் பின் விடுதலை பெற்றுவந்த அரவிந்தர், உத்தர்பாராவில் உரை ஆற்றும்போது, மரண தண்டனை விதிக்கப்பட்ட அவரது தம்பி உட்பட 32 இளைஞர்கள் சிறையில் இருந்தனர். அந்த உரையில் அவர், "தேசியம் என்பது என்னைப் பொருத்த மட்டில் அரசியல் அல்ல. அதுவே என் மதம், வேதம், நம்பிக்கை என முன்பு சொன்னேன். இன்றும் அதையே ஒரு சிறிய மாற்றத்துடன் திருப்பிச் சொல்கிறேன். சனாதன தர்மம்தான் எங்களின் தேசியம். இந்து தேசம் என்பது சனாதன தர்மத்தோடு பிறந்தது. அதோடுதான் அது வளர்ந்து வருகிறது... சனாதன தர்மம்; அதுவே எம் தேசியம்!" என்றார். *(Karmayogin, Early Political Writings – 2, page 10)*

சனாதன தர்மம் என அரவிந்தர் எதைச் சொல்கிறார்? 1883ல் அவர் அதற்கு ஒரு விளக்கம் கூறியிருந்தார்: "அடிமைத்தனத்தின் ஊடாக இந்தியர்கள் பலவீனமானவர்களாகவும்,

கோழைகளாகவும், சுயநலமிகளாகவும் ஆகி விட்டனர். நான்கு வருண வைதீக நிறுவனத்தை மீண்டும் உயிர்ப்பிப்பதன் ஊடாகத்தான் உண்மையான தேசபக்தி உடையவர்களாக அவர்கள் ஆக முடியும். நால் வருணம் என்பது, நான்கு சாதிகள் என்பதாகத் தவறாகச் சொல்லப்படுகிறது. அது ஒரு குறியீடு" என்பதுதான் அவர் அன்று சொன்ன விளக்கம் (India's Rebirth, Page 120-121).

இந்த நால் வருண அமைப்பில் - சத்திரியர் என்போரே ஆண்மை மற்றும் வீரத்தின் குறியீடு. அரசியல் என்பது, சத்திரியர்களுக்கானது. பிராம்மணர்கள் துறவெனும் புனித நிலையினர். செழிப்பும் கொடையும் வைசியர்களுக்கு உரித்தானது. பணிவு, திருப்தி, ஊழியம் முதலியன சத்திரியர்களின் பண்பு. இந்தச் சத்திரிய மாண்பை இந்தியர்கள் மீட்டெடுப்பதே இந்தியா விடுதலை பெறுவதற்கான ஒரே வழி - இதுதான் தேச விடுதலை குறித்த அரவிந்தரின் விளக்கம்.

சத்திரிய வீரம் என்பதை எப்படிப் புரிந்துகொள்வது? அர்ஜுனன்தான் அதன் அடையாளம். வலிமையான எதிரியைப் போரிட்டு வீழ்த்தியவன். ஆனால் அர்ஜுனனும் கூட, போருக்கு முன் எதிரே நிற்பது தன் ரத்த உறவுகள் என்பதைக் கண்டு ஒரு கணம் 'க்ரிபயாவிஸ்தத்தில்' (இரக்கம்) ஆழ்ந்தான். ஆனால், சத்திரிய வீரத்தில் இந்த இரக்கம், அநுதாபம் என்கிற கிருமிகள் புகுந்துவிடக் கூடாது என்கிறார் அரவிந்தர்.

எதிரியை நிர்மூலமாக்குவதை மட்டுமே நோக்கமாகக் கொண்ட சத்திரிய வீரத்தில், எள்ளளவும் இரக்கத்திற்கும் அனுதாபத்திற்கும் இடமில்லை என்கிற அவரின் விளக்கத்திற்கு, அவரே சிறந்த எடுத்துக்காட்டாக நம்முன் அமைவதை இங்கு குறிப்பிட வேண்டும். நீதிபதி கிங்ஸ்ஃபோர்டைக் கொல்லச் சென்றவர்கள், தவறி தாயும் மகளுமான இரண்டு அப்பாவிப் பெண்களைக் கொல்ல நேர்ந்தது குறித்தோ, தன்னைச் சிறையிலிருந்து தப்புவிப்பதற்காக இருவர் தங்கள் உயிரைப் பகடம் வைத்து ஒரு சக கைதியைக் கொன்றது பற்றியோ

தன் குறிப்புகள் எதிலும், சற்றேனும் மனக் கிலேசத்தைக் காட்டாதவர் அல்லவா அரவிந்தர்! சத்திரிய வீரத்துக்கு இதுவே இலக்கணம். தனது கீதை குறித்த விளக்கங்களில் சத்திரியம் என்பதன் ஊடாக எல்லாவிதமான வன்முறைகளையும் அவர் நியாயப்படுத்துவதைக் காண முடியும்.

தமது வன்முறைப் பாதைக்கான மாதிரிகளை இந்துத்துவவாதிகள், அன்று பாசிசம் திரட்சி அடைந்துகொண்டிருந்த ஜெர்மனி (இட்லர்), இத்தாலி (மாஜினி / முசோலினி) ஆகிய நாடுகளில் தேடியதை அறிவோம். அரவிந்தர், ஜப்பானின் "சாமுராய்" முறையில் தனது சத்திரிய அடையாளத்துக்கு இணை தேடுகிறார். *Bourgeoisie and Samurai* எனும் கட்டுரையில், ஜப்பானியர்கள் முன்னேறுவதற்குத் தங்களின் பாரம்பரியமான சாமுராய் முறையைக் கைவிடாததும், இந்தியர்கள் வீழ்ந்து கிடப்பதற்கு அவர்கள் தம் சத்திரிய வீரத்தைக் கைவிட்டதும்தான் காரணங்கள் என்கிறார்.

அரவிந்தர், வன்முறையை நியாயப்படுத்திப் பேசுவதற்கு இன்னும் ஏராளமான எடுத்துக்காட்டுகளைச் சொல்ல முடியும். அவரைப் பொருத்தமட்டில் வன்முறை என்பது தன்னளவில் தீய ஒன்றல்ல. அநீதிக்கு எதிரான வன்முறை என்பது வன்முறையே அல்ல! அங்கே அதுவே நன்முறை. அதில் சில தவறுகள் நடக்கலாம். அதெல்லாம் பொருட்டே இல்லை. அஹிம்சை என்ற பெயரிலோ, இல்லை அமைதி, ஒழுங்கு, இரக்கம் என்கிற பெயர்களிலோ அநீதிக்கு எதிராக அமைதி காப்பதுதான் ஏற்க இயலாத ஒன்று. அப்படியான சந்தர்ப்பங்களில் உலகம் போற்றும் எல்லா சர்வ தர்மங்களையும் புறக்கணித்து, நீ எல்லாம் வல்லவனிடம் சரணடைந்து கையில் காண்டீபத்தை எடு என்பதுதான் கீதாரகசியம் என விளக்குபவையே அரவிந்தரின் கீதை பற்றிய கட்டுரைகள்.

படித்துப் பாருங்கள்.

7. ஆரியப் பண்புகளை
மீட்டெடுக்கச் சொன்ன அரவிந்தர்

அழிவில்லாமல் ஆக்கமில்லை என்பதுதான் அரவிந்தம். வாழ்வு என்பது, சுயமாக உன்னை ஆக்கிக்கொள்ளுதல் *(self feeding)*; பிற உயிரைச் செரித்துக் கொள்ளுதல் *(devouring of other life)* என்றார் அரவிந்தர் *(India's Rebirth, page 123)*. வன்முறை என்பது, ருத்ரனுக்கு மானுடம் செலுத்தவேண்டிய கடன். அமைதியும் நல்லிருப்பும்தான் விஷ்ணுவின் சட்டம் / நெறி *(law)* எனில், வன்முறையின் துணையுடன்தான் அதைச் செயல்படுத்த இயலும் (அதே நூல், பக்.144). சத்திரியரின் வில், அம்பு ஆகியவற்றின் துணையோடுதானே பண்டைய ரிஷிகள் தம் யாகங்களை நிறைவேற்ற முடிந்தது.

பற்றறுத்தல், துறவு என்பன இறைவனை அடையும் வழிகளில் ஒன்று என்றபோதிலும், கீதை செயலையே முதன்மைப் படுத்தியது. கர்மயோகத்திற்கு அப்புறம்தான் ஞானயோகமும் பக்தியோகமும். போர், அழிவு, வன்முறை ஆகியவற்றை உள்ளடக்கியதே 'செயல்' என்பதற்கான வரையறை. அதுவே, 'நிஷ்காமகர்மம்' எனப்படுவது. அறிவுச் செயல்பாடாயினும், சமூக, அரசியல் செயல்பாடுகளாயினும், நெறியுடன் கூடிய வாழ்வை வாழ்வதாயினும் போராட்டமின்றி முன்னகர்வு

சாத்தியமில்லை. என்ன இருந்து கொண்டிருக்கிறது என்பதற்கும், என்ன இருப்பை உறுதிசெய்துகொள்ள முயன்று கொண்டுள்ளது என்பதற்குமான போராட்டமே வாழ்க்கை!

அஹிம்சை எனும் செயலின்மையை முன்னிறுத்துவது என்பது எல்லாவிதமான நல்லவற்றையும் தகர்த்து, நசுக்கி, அழித்து துவம்சம் செய்கிற அசுர சக்திகளுக்குத் துணை போவதுதான் என்றார் அரவிந்தர். தாமச குணம், அழிவிற்கே இட்டுச் செல்லும். இந்து மதம், கருணையின் அடையாளமான துர்க்கையை மட்டும் வணங்கவில்லை; இரத்தக்கறை படிந்த, கொடூரமான அழிவு நடனத்தை ஆடிக்கொண்டிருக்கும் துர்க்கையையும் அது வழிபடுகிறது (*Essays on Gita, page 66*).

அரவிந்தரும் காந்தியும் சந்திக்கவே இயலாத புள்ளி இதுதான்! அஹிம்சை என்பதற்கு, "போராட்டமற்ற தாமச குணத்தின் ஊடான செயலற்ற பணிவு" என்பதாக ஒரு விளக்கத்தை அளித்து, பின் அதை ஏற்க இயலாது என்கிறார் அரவிந்தர். ஆனால் காந்தி முன்வைத்த அஹிம்சை என்பது, செயலற்ற நிலை அல்ல; அது, தீவிரமான செயல்பாடுகளுடன் கூடிய ஒன்று. 'ஹிம்சை' இன்றிச் செயல்பாடுகள் சாத்தியமே இல்லை என்கிற கருத்தைத்தான் காந்தி ஏற்கவில்லை. ஆனால் அரவிந்தருக்கோ, ஹிம்சை இன்றிச் செயல்பாடுகளே இல்லை. காந்திக்கும் அரவிந்தருக்கும் அணுகுமுறையில் உள்ள வேறுபாடு குறித்துச் சற்றுப் பின் பார்க்கலாம். இங்கு அரவிந்தரைத் தொடர்வோம்.

அரவிந்தரைப் பொருத்தமட்டில், அசுர குணத்திற்கும் தேவ குணத்திற்கும் பெரிய வேறுபாடுகள் இல்லை. கடுமை, உறுதி, எதிரிகளை அழிப்பதில் இன்பம், சொத்துக்களைக் குவித்தல், அநீதியான இன்பத் துய்ப்புக்கள் ஆகியவற்றையே அசுரப் பண்புகள் என்னும் அரவிந்தர், அத்தகைய அசுரப் பண்புகளை சுய நலத்திற்காகவும், சுய போகத்திற்காகவும், சுய புகழுக்கும், பெருமைக்காகவும் மேற்கொள்ளுகிற 'ராஜச' பண்புகளை உடையவனை அசுரன் என வரையறுக்கும்

அரவிந்தர், அப்படியான பேராசை, தந்திரம் ஆகியவற்றிற்கு ஆட்படாமல், சுய கட்டுப்பாட்டுடனும் தியாக உணர்வுடனும் அவற்றை மேற்கொள்ளும்போது, அது 'தேவ' குணமாகிறது என்கிறார் (*Essays on Gita, 277,278*). ஆக, செயலல்ல; நோக்கமே அசுரத்தன்மையையும், தேவத் தன்மையையும் வேறுபடுத்துகிறது. வன்முறை என்றாலே அது சத்திரியப் பண்புதான். உயரிய நோக்கங்களுக்காக மேற்கொள்ளப்படும் வன்முறை தேவகுணத்தின் பாற்பட்டது. உயரிய நோக்கமும், கட்டுப்பாடும் இன்றி மேற்கொள்ளப்படும் வன்முறை அசுரத்துவம் ஆகிறது.

அரவிந்தர் அழுத்தம் கொடுக்கும் இன்னொரு கருத்தாக்கம், 'ஆண்மை'. காந்தியும் அரவிந்தரும் வேறுபடும் இன்னொரு முக்கியப் புள்ளி இது. காந்தி ஆய்வாளர்கள், காந்தியையும் அவரது அரசியலையும் பெண்மைத் தன்மையுடன் பொருத்திச் சொல்வர் (*Kiran Saxena, Gandhy's Feminist Politics, Gender Equality and Patriarchal Values*).

அரவிந்தரைப் பொருத்தமட்டில், இந்தியர்கள் அடிமைகளாக இருக்க நேர்ந்ததன் அடிப்படை, அவர்கள் தங்கள் ஆண்மைப் பண்பை (*manlyness*) இழந்ததுதான் என்பது அவரது உறுதியான நம்பிக்கை. நண்பர்களைப் பாதுகாத்தல், எதிரிகளை அழித்தல் என்பது ஆண்மையின் சிறப்பு. அத்தகைய ஆண்மைக்கு எடுத்துக்காட்டாக வாழ்ந்த நம் முன்னோர்கள்தான் ஆரியர்கள் என்பார் அரவிந்தர். எல்லாவிதமான மேன்மையான பண்புகளுக்கும் அடையாளமாக 'ஆர்ய' எனும் கருத்தாக்கம் இக்காலகட்டத்தில் முன்வைக்கப்பட்டதற்கு நம் பாரதி ஓர் எடுத்துக்காட்டு. அஷிஷ் நந்தி போன்றோரும் இதைச் சுட்டிக் காட்டுவதைக் காணமுடியும் (*The Intimate Enemy Loss and Recovery of Self Under Colonialism, OUP, 2009*).

அரவிந்தரைப் பொருத்தமட்டில், ஆர்ய என்பது ஓர் இனம் அல்லது மொழி சார்ந்த கருத்தாக்கம் அல்ல. மேன்மைக்குரிய பண்புகளின் அடையாளமாகவே வேதங்களில் அது வெளிப்படுகிறது என்பது அவர் கருத்து. ஆனால், இந்த ஆரிய மேன்மைப் பண்புகளை இழந்து நிற்பதே இந்தியர்கள்

இப்போது இப்படி அடிமைப்பட்டுக் கிடப்பதற்கான அடிப்படை என்கிறார். மீண்டும் இந்த ஆரியத் தன்மையை மறு உருவாக்கம் (Re-Aryanisation) செய்வது என்பது, அவர் முன்வைக்கும் திட்டங்களில் ஒன்று.

ஆனால் ஆரியர்கள் என்போர் மத்திய ஆசியாவிலிருந்து வந்தோர் என்பதும், அவர்களின் பரவல் என்பது மேலைத் தேசங்களில் மிகுதியாக இருந்தது என்பதும் அக்காலத்தில் பெரிதும் பேசப்பட்ட ஒன்று. இதை எப்படி அரவிந்தர் எதிர்கொண்டார்?

அரவிந்தரைப் பொருத்தமட்டில் அது பிரச்சினை இல்லை. அதுவே ஒருவகையில் நல்லதும் கூட! ஏனெனில், "இந்தியர்கள் என்போர் மேலைத் தேசப் பண்புகளைத் தம் இரத்தத்தில் கொண்டோர்" (On Nationalism, p.55) என்பது அவர் கருத்து. ஆக, ஆரியத் தன்மை என்பது இந்தியர்களின் இயல்பு. சரி, இடைக்காலத்தில் இழந்த இந்த ஆரியத் தன்மையை அவர்கள் எப்படி மீட்டெடுப்பது?

மீண்டும் ஆர்யத் தன்மையைப் பெறுவதற்கு ஐரோப்பிய விஞ்ஞானத்தில் நாம் சிறந்து விளங்குவது அவசியம் எனக் கூறும் அரவிந்தர், "அர்ஜுனன் காண்டீபத்தைக் கைக்கொண்டது போல மேலை அறிவு மற்றும் விஞ்ஞானத்தின் கொடைகளாக உள்ள வியத்தகு ஆயுதங்களை (நாம்) கைக்கொள்ள வேண்டும்" (On Nationalism, page 72) என்கிறார்.

இப்படிச் சத்திரியத் தன்மை, ஆண்மை, ஆரியமயமாதல், ஐரோப்பிய அறிவியல் ஆகிய அனைத்தையும் ஒரே தொடர்நிலையின் கண்ணிகளாக முன்வைத்தார் அரவிந்தர் (Jyotirmaya Sharma, Hindutva: Exploring the Idea of Hindu Nationalism, Penguin Books, 2003). இந்த அனைத்து அம்சங்களிலுமே காந்தியும் அரவிந்தரும் எதிரெதிர் நிலையில் நின்றதை விளக்க வேண்டியதில்லை.

முதற்கட்ட தேசியவாதிகளின் எல்லாப் பண்புகளையும் அதன் உச்ச வடிவில் அரவிந்தரிடம் காண முடியும். பங்கிம் சந்திர

சட்டர்ஜியின் 'வந்தே மாதரம்' அவர்கள் எல்லோரையும் ஈர்த்தது போலவே அரவிந்தரையும் ஈர்த்தது. பங்கிம் சந்திரரின் 'வந்தே மாதரத்தை'யும், தாகூரின் 'ஜனகணமன'வையும் ஒப்பிட்டு, முன்னது எப்படி இந்துமதக் குறியீடுகளை இந்தியா என்கிற தேசத்தின் அடையாளங்களாக்குகின்றது என்பதை நான் விரிவாக விளக்கியுள்ளேன் (பேசாப் பொருளைப் பேசத் துணிந்தேன்). தேசத்தையும் மதத்தையும், தேசபக்தியையும் தெய்வபக்தியையும் இப்படிப் பிரிக்க இயலாமல் ஒன்றாக்கி மத, சாதி, இன, மொழி அடிப்படையிலான எல்லா ஒடுக்குமுறைகளையும் நியாயப்படுத்துவதைக் கண்டுதான் பெரியார் ஈ.வே.ரா அவர்கள், "தேசாபிமானம், பாஷாபிமானம், குலாபிமானம்" ஆகியவற்றைக் கடுமையாகக் கண்டித்தார். அவற்றை, அயோக்கியர்களின் கடைசிப் புகலிடம் என்றார்.

8. ஒரு மகரிஷி, இந்துத்துவாவின் கொள்கை பரப்புச் செயலாளராக மாறிய கதை!

ஏற்கனவே சொன்ன ஒன்றை நினைவுபடுத்தி மேலே செல்கிறேன். 1905ஐ ஒட்டி எழுந்த தேசியத்தைப் பொருத்த மட்டில், இ64ந்து அடையாளத்துடன் கூடிய தீவிர பிரிட்டிஷ் எதிர்ப்பு என்கிற மட்டத்திலேயே அது இருந்தது. தேசியத்தின் அடையாளமாக, அது அப்போது முஸ்லிம் எதிர்ப்பை முதன்மைப் படுத்தவில்லை.

அரவிந்தரைப் பொருத்தமட்டில், உலகளவில் ஏற்பட்டுக் கொண்டிருந்த பிரிட்டிஷ் மற்றும் மேலை விரிவாக்கத்திற்கு எதிரான எல்லாவிதமான அடையாள உறுதியாக்கங்களையும், அவர் ஆதரிக்கும் நிலையிலேயே இருந்தார். அந்த வகையில் அன்று அவர் உலக அளவில் உருவாகிக்கொண்டிருந்த தேசங் கடந்த இஸ்லாமிய ஒற்றுமை (Pan – Islamism) என்கிற உணர்வை ஆதரித்தார். தேசிய உணர்வின் ஒரு தீவிர வெளிப்பாடாக அவர் அதைக் கண்டார்.

அதே நேரத்தில் அவர், அப்போது உருவாகியிருந்த முஸ்லிம்களுக்கான தனி வாக்காளர் தொகுதி என்கிற

கருத்தைத் தீவிரமாக எதிர்த்தார் என்பது குறிப்பிடத்தக்கது. அது முஸ்லிம்களுக்கும் இந்துக்களுக்கும் இடையில் ஒரு நிரந்தரப் பிளவை ஏற்படுத்தும் என்றும், அது ஒற்றை இந்திய தேச உருவாக்கத்திற்கு எதிராக இருக்கும் என்றும் அவர் கருதினார்.

இக்கால கட்டத்தில், முஸ்லிம்கள் தொடர்பான அவரது அணுகல் முறை சிக்கலான ஒன்று. பிரிட்டிஷ் எதிர்ப்பு என்பதற்காக இந்து அடையாள உருவாக்கத்தில் அவர் எந்த சமரசத்திற்கும் தயாராக இல்லை. முஸ்லிம்களுக்கும் இந்துக்களுக்குமான உறவு எத்தகையதாக இருக்கவேண்டும் என்கிற தேர்வு முஸ்லிம்களின் கையில்தான் உள்ளது என அவர்களை நோக்கிச் சொன்னார் அரவிந்தர். "அது ஒரு சகோதரனின் இறுக்கமான அணைப்பு என்கிற அளவிலும் இருக்கலாம் அல்லது ஒரு மல்யுத்தக்காரனின் எள்ளளவும் விட்டுக்கொடுக்கத் தயாராக இல்லாத இரும்புப் பிடியாகவும் இருக்கலாம்" *(On Nationalism, page 309)* என்றார்.

அதாவது, எதற்கும் தயார் என்பது பொருள். வலிமையாக உள்ளவர்களின் வலிமை என்பது அவர்களைச் சமரசம் பேசுவதற்குத் தகுதி உடையவர்களாக ஆக்குகிறது என்கிற கருத்தை வெளிப்படுத்திய அவர், "முஸ்லிம்களை முகஸ்துதி செய்வதோ, பலவீனமாகவும் கோழைத்தனத்துடனும் அணுகுவதோ தேவையில்லை" என்றார். "அவனிடமும் கூட நாராயணன் குடியிருக்கக் கூடும். அவனுக்கும் கூட நம் அன்னை அவளது இதயத்தில் ஒரு நிரந்தர இடம் அளித்திருக்கக் கூடும்" என்றார் *(On Nationalism, page 390)*. இன்னும் சிறந்த புரிதலுக்கு உதவும் வகையில் இறைத்தூதர் மற்றும் இஸ்லாம் குறித்து 'நமக்கு' (இந்துக்களுக்கு) இன்னும் நன்றாக விளக்க வேண்டும் என்றார்.

இந்தக் காலகட்டத்தில், இந்திய தேசிய உருவாக்கத்திற்கு இந்து தேசியத்தை ஒரு முன்நிபந்தனையாக முன்வைக்கும் லாலா லஜபதி ராயின் கருத்தை அரவிந்தர் கடுமையாக மறுத்தது குறிப்பிடத்தக்கது (அதே நூல் பக்.483).

"முஸ்லிம் ஆட்சி என்பது, இந்திய ஒற்றுமையையும் சகிப்புத் தன்மையையும் ஆதரித்து வளர்த்த நிலை போய் அது முகமதிய ஆதிக்கமாக உருவெடுத்தபோது தேசிய உறுதியாக்கம் என்பது நமது குறிக்கோளாக இருந்தது; முகமதிய ஆதிக்கத்தைத் தூக்கி எறிவது நமக்குத் தேவையாக இருந்தது. சிவாஜி, ராம்தாஸ் ஆகியோரின் காலகட்டத்தில் இந்து தேசியத்திற்கு ஒரு தேவை இருந்தது" (அதே நூல், பக்.53) என்று அவர் கூறுவதை வாசிக்கும்போது, இன்று அப்படியான ஒரு சூழல் இல்லை என அரவிந்தர் கூறுவது நமக்குப் புரிகிறது. இன்று நமக்குப் பொது எதிரியாக வெள்ளை ஆதிக்கம் உள்ளது என்பதே அதன் உட்கிடை.

எனினும், அரவிந்தரின் இது குறித்த கருத்துக்கள் தெளிவாகப் பொருள் கொள்ளும்படியாக இல்லை. தொடர்ந்து அவர் இந்து தேசியம் காப்பாற்றப்பட வேண்டுமானால், புவியியல் ரீதியான தனி தேசம் ஒன்று அதற்கு வேண்டும் என்கிறார். மகாராஷ்டிரமும் ராஜஸ்தானும் அப்படியான இந்துக்களுக்கான தனித்த புவிப்பகுதியாக பிரிட்டிஷ் ஆட்சிக்கு முன் இருந்தன. இப்போது ஒரே நாட்டுக்குள் அவை கொண்டுவரப் பட்டுவிட்டன. புவியியல் ரீதியாகவும் இன ரீதியாகவும் ஒரு தனிப் புவிப் பகுதி என்கிற முன் நிபந்தனையை இந்து தேசியம் இழந்து நிற்கிறது என அரவிந்தர் கூறுவதை, நாம் கூர்ந்து கவனிக்க வேண்டும். இந்துக்களுக்கான தனிப் புவிப்பகுதி ஒன்றில்லை என்பதால், இனி இந்து தேசியம் என ஒன்று சாத்தியமில்லை என அவர் சொல்லுகிறாரா? அப்படி அவர் சொன்னால் நமக்கும் அது பெருமகிழ்ச்சிதான். ஆனால், இந்தப் பார்வையையும் நிலைப்பாட்டையும் அவர் அதற்குப் பின் தொடரவில்லை.

'முகமதியர்கள் தமது தனித்துவத்திற்கே முக்கியத்துவம் அளிக்கின்றனர். தம்மை முதலில் இந்தியர்கள், அப்புறம்தான் முஸ்லிம்கள் என அவர்கள் ஏற்பதில்லை. பொதுவான பிறப்பு, இரத்தம் எல்லாம் இருந்தும் அவர்கள் நம்மோடு அடையாளப்படுத்திக் கொள்வதைக் காட்டிலும் முகமதிய

தேசங்களுடனேயே தம்மை இனம் காண்கின்றனர்" என அடுத்த கணமே குற்றம் சாட்டுகிறார் (அதே நூல் பக்.484).

இந்து தேசியம் என்பது சாத்தியமில்லை எனச் சற்றுமுன் சொன்ன அவர், அடுத்த கணம் இப்படித் திசை மாறுகிறார்.

"எனவே நமது குறிக்கோள் இந்தியத் தேசியம்தான். அது தன் ஆன்மாவிலும், பாரம்பரியங்களிலும் அதிக அளவில் இந்துத் தன்மையுடன் அமையும். ஏனெனில், இந்துதான் இந்த நிலத்தையும் மக்களையும் உருவாக்கியவன். கண்ணுக்குப் புலப்படாத அவனது ஆண்மை, வீரியம் ஆகியவற்றின் ஊடாகப் பழம்பெருமைகள், பண்பாட்டுச் சிறப்புகள் என அதன் தொடர்ச்சிக்குக் காரணமானவன். ஆனால், அதே நேரத்தில் முஸ்லிமையும் அவனது பண்பாட்டையும், பாரம்பரியங்களையும் தனக்குள் உட்கவர்ந்து கொள்ளுமளவிற்கு இந்திய தேசியம் அகற்சி உடையது" என்கிறார் (அதே நூல், பக்.484).

ஆர்.எஸ்.எஸ்சுடைய இணைய தளத்தில் "சங்கமே எனது ஆன்மா" என வாஜ்பேயி எழுதியுள்ள கட்டுரை ஒன்று உண்டு. அதில் அவர், இஸ்லாமியர் குறித்த ஆர்.எஸ்.எஸ் அணுகுமுறையை விளக்குவார். இஸ்லாமியரை மறுத்து ஒதுக்குவதோ (திரஸ்காரம்), இல்லை அவர்களுக்குச் சலுகைகள் அளித்து திருப்தி செய்வதோ (புரஸ்காரம்) ஆர்.எஸ்.எஸ்சின் அணுகல் முறை இல்லை எனவும், இஸ்லாமியரை மாற்றிச் செரித்துக்கொள்ளுதலே (பரிஸ்காரம்) அதன் அணுகுமுறை எனவும் அதில் குறிப்பிடுவார் (அ.மார்க்ஸ், இந்துத்துவத்தின் பன்முகங்கள், பக்.81).

அங்கு சுற்றி, இங்கு சுற்றிக் கிட்டத்தட்ட இதே கருத்துக்குத்தான் அரவிந்தரும் வருகிறார். ஒரு கட்டத்தில் (1923) அவர் முஸ்லிம்களை எச்சரிக்கவும் தயங்கவில்லை:

"உண்மைகளை மறைப்பதில் பயனில்லை. ஒரு காலத்தில் இந்துக்கள் முஸ்லிம்களை எதிர்த்துப் போரிடவேண்டி வரலாம். அதற்கு அவர்கள் தயாராக இருக்க வேண்டும். இந்து – முஸ்லிம்

ஒற்றுமை என்பதன் பொருள், இந்துக்கள் முஸ்லிம்களுக்குப் பணிவது என்பதல்ல. ஒவ்வொரு முறையும் இந்துக்கள் தம் மென்மைப் பண்பின் விளைவாக விட்டுக்கொடுத்தே வந்துள்ளனர். சரியான தீர்வு என்பது, இந்துக்கள் தம்மை அமைப்பாக்கிக் கொள்வதுதான். பின்பு, இந்து - முஸ்லிம் ஒற்றுமை என்பது தானாகவே வரும். அதுவே பிரச்சினைக்குச் சரியான தீர்வு" *(India's Rebirth, page 164).*

1909-ல் அரவிந்தர் எதை மறுத்தாரோ அதை 1923-ல் ஏற்கிறார். அப்போது இந்துக்களுக்கான தனி அரசியல் என்பதை ஏற்கவில்லை. அப்படிச் சொன்ன இந்து (மகா) சபாவைக் கண்டித்தார். இப்போது அவரும் அதே கருத்தை மொழிகிறார். சாவர்க்கரும் அப்படித்தானே 2009-க்கும் 2020-க்கும் இடையில் மாறினார். இடையில் என்ன நடந்தது? அதைப் பின்னர் பார்ப்போம்.

கூர்ந்து கவனித்தால், எப்போதுமே இவர்கள் முஸ்லிம்களை ஏற்கவில்லை என்பது விளங்கும். முஸ்லிம்கள் மற்ற மதத்தினரை சகித்துக்கொள்ள மாட்டார்கள் எனவும், இந்துக்கள் மதம் மாற்றாத நிலையில் முஸ்லிம்கள் மதமாற்றத்தைத் தொடர்வதால் அவர்களோடு ஒற்றுமை சாத்தியம் இல்லை எனவும் அப்போதே சொன்னவர்தான் அரவிந்தர் *(Indias Rebirth, page 165).*

1923-ல் அவர், வெளிப்படையாகவும் கடுமையாகவும் முஸ்லிம் மதத்தை விமர்சித்தார். "இஸ்லாம் மதம் மற்றும் பண்பாடு ஆகியவற்றின் பங்களிப்பு உலகிற்கு ஏதுமில்லை" *(India's Rebirth, page 166).* அதன் பண்பாடுகள் என்பன மற்றவற்றிலிருந்து பெறப்பட்டவையே. சொல்லிக்கொள்ளும்படியான தத்துவம், உயர் சிந்தனைகள் ஏதும் முஸ்லிம் மதத்தில் கிடையாது. இந்தோ - சார்செனிக் கட்டிடக் கலை, சில புதிய கவிதை மற்றும் கலை வடிவங்கள் ஆகியவற்றை இங்கு அறிமுகம் செய்ததுதான், இந்தியாவிற்கு இஸ்லாத்தின் பங்களிப்பு. அவர்களின் அரசியல் நிறுவனங்களைப் பொருத்தமட்டில், அவை எப்போதுமே அரைக் காட்டுமிராண்டித் தன்மையானவைதாம். இஸ்லாம்,

தன் மதத்தில் சில மாற்றங்களைச் செய்து கொள்ள வேண்டும். அந்த அடிப்படையில் முஸ்லிம்களின் குணநலன் (temparament) மாற வேண்டும்" என்றெல்லாம் அரவிந்தர் முஸ்லிம் மதத்தைக் கடுமையாக விமர்சித்தார் (Indias Rebirth, page 167). இந்தியாவால் இஸ்லாத்தை உட்செரித்துக்கொள்ள இயலுமா என்றொரு கேள்வி அவர்முன் வைக்கப்பட்டபோது, "முடியும். ஆனால், அதற்கு முகமதிய மனநிலையில் ஒரு மாற்றம் வரவேண்டும்" என்றார் (Indias Rebirth, page 177).

முஸ்லிம்கள் குறித்த அரவிந்தரின் பார்வை குறித்து மிக விரிவாக ஆய்வு செய்துள்ள பேரா. ஜ்யோதிர்மய ஷர்மா, "1934 வாக்கில் அரவிந்தரின் அணுகல்முறையில், இந்தியா என்பதும் இந்து என்பதும் ஒரே மாதிரியான பொருளுடைய சொற்களாகவே பாவிக்கப்பட்டன" என்பார் (முன் குறிப்பிட்ட நூல், பக்.63).

பங்கிம் சந்திரரின் 'வந்தே மாதரம்' பாடலில் இந்தியத் தாய் என்பவள் துர்க்கையின் வடிவாகச் சித்திரிக்கப்பட்டுள்ள சில வரிகளை நீக்க வேண்டும் என்கிற சர்ச்சை எழுந்தபோது, "இந்துக்களை அவர்களின் பண்பாட்டைத் துறக்கச் சொல்கிறீர்களா?" என அரவிந்தர் கொந்தளித்ததைச் சுட்டிக்காட்டும் ஜ்யோதிர்மய ஷர்மா,

"தேசம் அவருக்கு அன்னை, அது துர்க்கையின் வடிவம். தேசியம் என்பது அவருக்கு மதம்; அவரைப் பொருத்தமட்டில் மதம் மட்டுமே தேசத்தின் அரசியலாக இருக்க முடியும். 1939 வாக்கில் இந்துக்கள் மற்றும் இந்துமதம் குறித்த அரவிந்தரின் கூற்றுக்கள் சாவர்க்கரின் 'இந்துத்துவா' கருத்தாக்கத்தை எதிரொலிப்பதாக இருந்தன. சட்டத்தின் ஆட்சி, பன்மைத்துவம், எல்லோருக்கும் குறைந்தபட்ச சுதந்திரத்தை உறுதி செய்தல் ஆகியவற்றுடன் கூடிய தாராள ஜனநாயக நாடு என்பதற்கான அடையாளம் அதில் ஏதும் இல்லை... இந்துத்துவ அடையாள அரசியலின் எழுச்சிக்கு அரவிந்தரின் பங்களிப்பு யாருக்கும் குறைந்ததல்ல. சத்திரியத் தன்மை என்கிற அவரது கருத்தாக்கம் அசுரத்துவமாக வீழ்ச்சியுற்றது. சனாதன தர்மம் மற்றும் ஆரியத்துவத்தை

மறு உயிர்ப்புச் செய்தல் முதலான அவரது கோட்பாடுகள் அரசியல் முழக்கங்களாக மாறின. மதம் என்பது அரசியலாக மாறியது. அதுவே இன்றைய ஒரே அரசியலாக உள்ளது என்றும் சொல்லலாம்" என முத்தாய்ப்பாகச் சொல்லி முடிப்பார்.

ஒரு மகரிஷி, இந்துத்துவாவின் கொள்கை பரப்புச் செயலாளராக மாறிய கதை இதுதான்.

(இந்தத் தொடரின் இப்பகுதியை எழுத பேரா. ஜயோதிர்மய ஷர்மாவின் *"Hindutva: Exploring the Idea of Hindu Nationalism"* எனும் நூல் பெரிதும் பயன்பட்டது.)

9. ஆண்மையை மறுத்த காந்தியை, வெறுத்த அரவிந்தர்!

1906-1910 காலகட்டத்தில் இந்தியச் சுதந்திரப் போராட்டத்தின் இணையற்ற வீரராகவும் ஞானியாகவும் உருப்பெற்றிருந்த *ஸ்ரீ அரவிந்தர் 1910-ல் "இறைவனால் அருளப்பெற்ற ஆணை (அதேஷ்) ஒன்றை ஏற்று"* அன்றைய ஃப்ரெஞ்ச் காலனியாக இருந்த புதுச்சேரிக்கு வந்தார். பிரிட்டிஷ் அரசின் கடும் கண்காணிப்பிற்கு அவர் ஆட்பட்டிருந்த காலம் அது.

அடுத்த சில ஆண்டுகளில் *(1915)* இந்திய அரசியலில் தீவிரமாக ஈடுபடுவது எனும் நோக்குடன் தென் ஆப்பிரிக்காவில் இருந்து இந்தியா வந்தார் மோகன்தாஸ் காந்தி. இந்தியாவில் தனது எதிர்காலப் பணி குறித்த வழிகாட்டல்களையும், ஆலோசனைகளையும் பெற அவர் அன்று இங்கு பெரிதும் மதிக்கப்பட்ட அரவிந்தர், பாலகங்காதர திலகர் உள்ளிட்ட தலைவர்கள் எல்லோரையும் காட்டிலும் அன்றைய பிரிட்டிஷ் எதிர்ப்பு அரசியலில் 'மிதவாதி' *(moderate Faction)* என வகைப் படுத்தப்பட்டிருந்த கோபால கிருஷ்ண கோகலேயைத் தேர்வு செய்ததையும், கோகலே காந்தியை, ஓர் இரண்டாண்டு காலமாவது இந்தியத் துணைக் கண்டத்தைச் சுற்றிப் பார்த்து, அங்கு நடக்கும் போராட்டங்கள், இயக்கங்கள் ஆகியவற்றை

எல்லாம் கவனித்து அதன்பின் அவரது அணுகல்முறைகளைத் தீர்மானித்துக் கொள்ளுமாறு அறிவுறுத்தியதையும், நான் விரிவாகப் பல்வேறு சந்தர்ப்பங்களில் எழுதியுள்ளேன்.

எனினும் காந்திக்கு, அவரது வழிகாட்டலைத் தொடர்ந்து பெறக்கூடிய வாய்ப்பில்லாமல் போய் விடுகிறது. அதே ஆண்டில் (1915) கோகலே, மிகக்குறைந்த வயதில் (49) இறக்க நேர்கிறது. எனினும் கோகலேயின் அறிவுறுத்தலைச் சிரமேற்கொண்டு, அவரது வழிகாட்டலின்படி அடுத்த இரண்டாண்டு காலப் பயணங்களுக்குப் பின் அவர் இந்திய அரசியலில் காலூன்றியதையும், அடுத்த சில ஆண்டுகளில் இந்திய மக்களின் அன்பையும் நம்பிக்கையையும் பெற்று, விடுதலைப் போராட்டத்தின் ஈடு இணையற்ற தலைவராக அடுத்த முப்பதாண்டுகள் அவர் விளங்கியதையும் நாம் அறிவோம். இந்திய அரசியலில் அவர் தன்னை அடையாளப்படுத்திக் கொள்ள, அவர் தேர்ந்தெடுத்த முதல் முக்கியப் போராட்டம் கிலாஃபத் இயக்கம்தான் என்பதையும் நான் வாய்ப்பு நேரும் போதெல்லாம் சொல்லி வந்துள்ளேன்.

முதல் உலகப் போருக்குப் பின் ஆட்டோமான் முஸ்லிம் பேரரசை (Ottoman Caliphate) ஒழித்துக்கட்டும் நோக்குடன் பிரிட்டிஷ் பேரரசு செயல்பட்ட போது, உலக அளவில் முஸ்லிம்கள் அதைக் காப்பாற்றுவது எனும் நோக்கில் தேசம் கடந்த ஓர் இஸ்லாமிய ஒற்றுமையை (Pan Islamism) வெளிப்படுத்தினர். 'கிலாஃபத்' என உலக அளவில் அழைக்கப்பட்ட அந்த இயக்கத்தை இந்தியாவில் முகமது அலி சகோதரர்களே முன்னெடுத்தனர்.

இந்திய அரசியலில் காந்தியின் தலையீடு என்பது, அதற்கு முந்தைய பிரிட்டிஷ் எதிர்ப்பு அரசியலிலிருந்து வேறுபட்ட இரண்டு அம்சங்கள் என்பதை நாம் கவனத்தில் கொள்ள வேண்டும். அவை:

1. தேசபக்தி என்பதைத் தெய்வ பக்திக்கு இணையாகக் கிளர்த்தி, இந்து இளைஞர்கள் மத்தியில் உணர்வூட்டி, பிரிட்டிஷ்

ஆட்சியாளர்கள் மீது ஓர் இன வெறுப்பைக் கட்டமைப்பது என்பது ஓர் அம்சம். அதனூடாக மேலெழும் இளைஞர்களைக் கொண்டு பிரிட்டிஷ் ஆட்சியாளர்கள், அதிகாரிகள் ஆகியோரைக் கொல்வது என்கிற தனிநபர் பயங்கரவாத நடவடிக்கைகளுக்கு .அரவிந்தரின் அனுஷீலன் சமிதி ஒரு சிறந்த எடுத்துக்காட்டு.

2. காந்திக்கு முந்திய இந்தப் போராட்டம் ஒரு வெகுமக்கள் போராட்டமாக வடிவெடுக்காமல், முன்னோடிகளின் போராட்டமாகவே இருந்தது என்பது இதன் இன்னொரு அம்சம். இந்திய அளவில் பெரும்பான்மையாக உள்ள அடித்தள மக்களைப் பங்கேற்கச் செய்யும் முனைப்பு இந்த முதற்கட்டத் தலைவர்களுக்கு இல்லை; குறிப்பாக, இன்றைய வங்க தேசமும் பாகிஸ்தானும் ஒன்றாக இருந்த அக்கால இந்தியத் துணைக் கண்டத்தில், பெரிய அளவில் வாழ்ந்த முஸ்லிம்களை பிரிட்டிஷ் எதிர்ப்பில் இணைக்க அன்றைய இந்தியத் தலைவர்கள் முக்கியத்துவம் அளிக்கவில்லை. மொத்தத்தில் அது, ஓர் உயர்சாதி இந்துக்களின் போராட்டமாகவே உருவெடுத்திருந்தது.

இந்தப் பின்னணியில் நிகழ்ந்த காந்தியின் தலையீடு, இரண்டு அம்சங்களைக் கொண்டிருந்தது. தனிநபர் பயங்கரவாதம் என்பதைத் தவிர்ப்பதன் ஊடாக, அதை ஒரு வெகுஜனப் போராட்டமாக மாற்றுவது என்பது ஒன்று. எனினும், இதை ஒரு தந்திரோபாயமாக மேற்கொள்ளாமல் ஓர் அறம் சார்ந்த நிலைப்பாடாக அவர் முன்வைத்தார். காந்திக்கு அஹிம்சை என்பது, ஒரு மதமாகவே ஆன கதையை நாம் அறிவோம். இரண்டாவதாக - முஸ்லிம்களைத் தவிர்த்த இந்தியா என்பதோ, இல்லை அவர்களை இரண்டாம் பட்சமாக அணுகும் அரசியலோ ஏற்புடையது அல்ல என அவர் கருதினார். இந்த அம்சத்திலும் அவர் தன் அணுகல்முறையை ஒரு தந்திரோபாயமாக அன்றி தனது அறம் சார்ந்த அரசியலின் ஓர் அங்கமாகவும் ஆக்கினார். அப்படி அவர் மேற்கொண்ட செயல்பாடுதான் காங்கிரசின் நிகழ்ச்சி நிரலில் கிலாஃபத் இயக்கத்தை இணைத்தது. அலி சகோதரர்களுடன் கரம் கோர்த்து, காங்கிரஸ் கிலாஃபத் இயக்கத்தில் பங்கேற்றது.

காந்தியின் ஊடாக இந்திய விடுதலைப் போராட்டத்தில் உருவான இந்த இரு திருப்பங்களையுமே - அரவிந்தரும் சரி, திலகரும் சரி, ஏற்கவில்லை. கீதா ரகஸ்யம் எழுதிய இவர்களால், அஹிம்சையை ஒரு வழிமுறையாக ஏற்க இயலாமற் போனதை விளங்கிக்கொள்வது கடினமல்ல. "அரசியல், சாதுக்களுக்கான இடமல்ல" எனத் திலகர் காந்தியை வெளிப்படையாகவே சாடினார் (யங் இந்தியா, 1920 ஜனவரி 28).

எனினும் காந்தி, முதற்கட்டத் தலைவர்களை கூடியவரை உள்ளடக்கியே சுதந்திரப் போரை முன்னெடுக்க முயற்சித்தார். எனினும், 1920 மத்தியில் திலகர் மறைந்தார். அதே ஆண்டில் நடைபெற்ற காங்கிரஸ் மாநாட்டில், தலைமைப் பொறுப்பேற்க வருமாறு அரவிந்தரைக் காந்தி வேண்டிக் கொண்டார் *(Collected Works Of Mahatma Gandhi - CWMG, Vol 21, Letter 173)*. ஆனால், அரவிந்தர் அதை ஏற்கவில்லை.

1933-ல் காந்தி, இந்திய அளவில் தீண்டாமை மற்றும் சாதி ஒழிப்பிற்கு எதிரான இயக்கத்தை மேற்கொண்டபோது அவர் இந்திய அளவில் ஏற்றுக்கொள்ளப்பட்ட ஒரு பெருந்தலைவராக ஆகியிருந்தார். அது தொடர்பாக இந்திய அளவில் அவர் மேற்கொண்ட சுற்றுப்பயணத்தில் அன்றைய பாண்டிச்சேரியும் (புதுச்சேரி) உள்ளடக்கப்பட்டிருந்தது. அரவிந்தரை நேரில் சந்தித்து உரையாடவும், அவரது ஆசிரம வாழ்க்கையை நேரில் காணவும் பெரு விருப்பம் கொண்டிருந்த காந்தி, அது தொடர்பாகத் தனக்குத் தெரிந்திருந்தவரும் அரவிந்தாசிரம வாசியுமான கோவிந்த்பாய் படேலுக்கு ஒரு கடிதம் எழுதினார் (டிச 25, 1933). அரவிந்தரைத் தான் சந்திக்க விரும்புவதாகவும், அவரிடம் அதற்கு ஒப்புதல் பெற்றுத் தருமாறும், அப்படி ஒப்புதல் அளித்தால் அதற்கேற்பத் தன் பயணத்தை அமைத்துக் கொள்வதாகவும், அந்தக் கடிதத்தில் காந்தி வேண்டியிருந்தார். அரவிந்தர் ஒப்புதல் அளித்தால், அதன்பின் தானே அவரைக் கடிதம் மூலம் நேரடியாகத் தொடர்பு கொள்வதாகவும் அவர் அதில் கூறியிருந்தார்.

காந்தியின் அந்தத் தபால் அட்டையை, டிசம்பர் 23, 1933 அன்று அரவிந்தரிடம் சேர்ப்பித்த கோவிந்த்பாய், "உங்களிடமிருந்து அவர் (காந்தி) எதையும் பெற்றுக்கொள்ள இயலும் என நீங்கள் நினைத்தீர்களானால், உங்களைச் சந்திக்க தயவு செய்து அவருக்கு அனுமதி அளியுங்கள்" என வேண்டிக் கொண்டார்.

அரவிந்தர்: "வெகுநாட்களாக, நான் யாருக்கும் நேர்முகம் அளிப்பதில்லை என்பதை மாற்ற இயலாத விதியாக வைத்துள்ளேன் என அவருக்குத் தெரிவியுங்கள். எனது சீடர்களிடமும்கூட நான் பேசுவதில்லை. ஆண்டுக்கு மூன்று முறை மெளனமாக அவர்களுக்கு ஆசி வழங்குவதோடு சரி என்பதையும் அவருக்குத் தெரிவியுங்கள்... இந்த விதி என் மீது திணிக்கப்பட்டுள்ளது என்பது, எனது சௌகரியம் கருதியோ இல்லை வேறெதற்குமோ அல்ல. எனது சாதனத்திற்காகவே (Sadhana) இவ்விதி உருவாக்கப்பட்டுள்ளது. இதிலிருந்து விலக்களிப்பதற்கான நேரம் இதுவரை எனக்கு வாய்க்கவில்லை" (Collected Works of Sri Aurabindo - CWSA, Vol 36, Page 442-44).

அரவிந்தர், இப்படிக் காந்தியைச் சந்திக்கக் கறாராக மறுத்திருந்தும் காந்தி விடுவதாக இல்லை. அரவிந்தரைச் சந்திக்க அனுமதி வேண்டி, இப்போது அவருக்கே ஒரு கடிதம் எழுதினார் (1934, ஜன 2).

அந்தக் கடிதத்தில் காந்தி வேண்டி இருந்தது கீழ்வருமாறு:

"இந்தியாவுக்குத் திரும்பிய காலத்திலிருந்து உங்களை நேருக்கு நேர் சந்திப்பது என்பதில் நான் ஆர்வம் கொண்டிருப்பது ஒருவேளை உங்களுக்குத் தெரிந்திருக்கலாம். அது சாத்தியமில்லாமல் போனதால், என் மகனை உங்களிடம் அனுப்பினேன். இப்போது எனது பாண்டிச்சேரி பயணம் கிட்டத்தட்ட உறுதியாகிவிட்டது. ஒரு சில நிமிடங்கள் ஒதுக்கி என்னைப் பார்க்க முடியுமா? யாரையும் சந்திக்க நீங்கள் கொண்டுள்ள தயக்கத்தை நான் அறிவேன். நீங்கள் அப்படியான ஒரு துறவுக்கான உறுதி (vow) எடுத்திருக்கவில்லையானால், உங்கள் நேரத்தில் சில நிமிடங்களை நீங்கள் எனக்காக ஒதுக்குவீர்கள் என நான் நம்புகிறேன்."

தனக்குக் காந்தி எழுதிய இக்கடிதத்திற்கு இம்முறை அரவிந்தரே பதில் எழுதினார். இம்முறை அந்த பதிலில் சற்றே மென்மை கலந்திருந்தது. அது:

"அன்பார்ந்த மகாத்மாஜி,

நான் ஏதும் உறுதி எல்லாம் ஏற்கவில்லை என்பது உண்மைதான். நான் என்றும் சத்தியம் செய்யவும் மாட்டேன். ஆனால் எனது இந்த ஒதுக்கம் என்பது, அதற்கான காரணம் இருக்கும் வரை உறுதி ஏற்பிற்குச் சற்றும் குறைந்ததில்லை. என்னுடைய தனிப்பட்ட அல்லது விருப்ப அடிப்படையிலான தேர்வு அல்ல இது. என் சுயவிருப்பிற்கு அப்பாற்பட்ட ஒன்று இது. என்னுடைய 'சாதனா'வுக்கு உள்ளார்ந்து அவசியமானது என ஓர் உள்ளார்ந்த சக்தியால் அளிக்கப்பட்ட நிபந்தனை இது. உங்களை வரவேற்பதை அதுவே தடுக்கிறது. அதனால், கடந்த சில ஆண்டுகளாக நான் கடைபிடிக்கும் இவ்விதியை மீற இயலாது" (CWSA, Vol 36, page 442-44).

இந்தக் கடிதம், காந்தியை உரிய நேரத்தில் சென்றடையவில்லை. எனவே காந்தி, மீண்டும் கோவிந்த்பாய்க்குக் கடிதம் எழுதுகிறார் (ஜன 12, 1934). இது குறித்து கோவிந்த்பாய் அரவிந்தரிடம் கூறியபோது, பிரிட்டிஷ் உளவுத்துறை அந்தக் கடிதத்தைக் கைப்பற்றி இருக்கலாம் என அவர் பதிலளித்தார். அது உண்மைதான். அப்போது காந்தியின் ஒவ்வோர் அசைவும் கண்காணிப்பிற்கு உள்ளாகியிருந்தது. அந்தக் கடிதம் சற்றுத் தாமதமாக காந்திக்குக் கிடைக்கிறது.

அரவிந்தரைச் சந்திப்பது சாத்தியமில்லை என்பதை அதன் மூலம் தெரிந்துகொண்ட காந்தி, கோவிந்த்பாய்க்கு எழுதிய அடுத்த கடிதத்தில், அரவிந்தாசிரம அன்னையையாவது சந்திக்க இயலுமா என வினவுகிறார். ஆசிரமத்தைச் சுற்றிப் பார்க்கவும், அன்னையைச் சந்திக்கவும் தான் மிகவும் விருப்பமாக இருப்பதாகவும் சொல்கிறார் (ஜன. 21, 1934).

காந்தியின் இந்தப் புதிய வேண்டுகோளை, கோவிந்த்பாய் அரவிந்தர் முன் வைக்கிறார் (24, ஜன, 1934).

கோவிந்த்பாய்: "அன்னையைச் சந்திப்பதற்காக காந்தி இங்கு (ஒருநாள்) கூடுதலாகத் தங்குவார் என்பது உறுதி. அவர் எல்லோருக்கும் அன்னையல்லவா! காந்தி, அன்னையின் ஆசியைப் (touch) பெற்றுச் செல்லட்டுமே! அரசியல் பேசி அவர் அன்னையைத் தொல்லை செய்யமாட்டார் என்பது உறுதி. ஏதாவது பேசினால், சத்தியத்தை நோக்கிய அவரது தேட்டம் பற்றித்தான் அது அமையும்."

அரவிந்தர்: "காந்தியின் நிகழ்ச்சி நிரலில் இது சாத்தியமில்லை. அதோடு அந்தச் சந்திப்பில் எந்தப் பயனும் இருக்காது என நான் நம்புகிறேன். எந்தக் காரணத்திற்காகவும் அவரை நீங்கள் இங்கு தாமதப்படுத்த வேண்டாம். உண்மைக்கான சத்தியத்தை நோக்கிய தேடல் குறித்த அவருடைய பாதை முற்றிலும் வேறானது. அதில், அன்னை அவருக்கு உதவுவதற்கு ஒன்றும் இல்லை. அதோடு, உதவி வேண்டுமென அவர் ஒன்றும் நம்மிடம் கேட்கவும் இல்லை. அவருடைய பாதையைப் போலன்றி நமது ஆஸ்ரமம் துறவுப் பாதையை வற்புறுத்துவதல்ல. எனவே, இந்த ஆஸ்ரமம் அவரை மகிழ்ச்சிப்படுத்துவதற்கு வாய்ப்பில்லை" (CWSA, vol 36, page 432-34).

காந்தி துறவுப் பாதையை நம்புகிறவர் என்பதும், துறவை வற்புறுத்தும் டால்ஸ்டாய், ருஷ்யக் கிருஸ்தவம் ஆகியவற்றை நேசிப்பவர் என்பதும், காமத்தைத் துறப்பது இந்திய மரபில்லை என்பதும் அரவிந்தரின் கருத்து. அது குறித்துச் சற்றுப் பின் பார்க்கலாம்.

இதற்கிடையில், ஆஸ்ரமத்தில் இருப்பவர்கள் யாரும் காந்தியின் பொதுக் கூட்டத்திற்குச் செல்லக் கூடாது என ஆஸ்ரமத்தில் அறிவிப்பு ஒன்று ஒட்டப்படுகிறது.

பிப் 9, 1934 அன்று, ஒரு சீடருக்கும் அரவிந்தருக்கும் இடையிலான ஓர் உரையாடல் அரவிந்தரின் தொகுப்பு நூல்களில் பதிவாகியுள்ளது. பாண்டியில் (புதுச்சேரி) நடைபெற்ற காந்தியின் மக்கள் சந்திப்பின்போது ஒருவர் காந்தியிடம் ஏன் அவர் ஆஸ்ரமத்துக்குப் போகவில்லை எனக் கேட்டதையும்,

அதற்கு காந்தி, "அரவிந்தர் அதற்கு அனுமதிக்கவில்லை" எனப் பதிலளித்ததையும் அந்தச் சீடர் அரவிந்தரிடம் கூறுகிறார். ஆஸ்ரமத்தில் உள்ள யாரும் தனது கூட்டத்திற்கே போகக் கூடாது எனத் தடை விதித்துள்ள 'நோட்டீசை'யும் காந்தி காட்டினார் என்றும் கூறுகிறார்.

அரவிந்தர்: "இதெல்லாம் அபத்தம். காந்தியின் கூட்டத்திற்கு யாரும் போகக் கூடாது என்கிற நோட்டீஸ் ஒட்டப்படுவதற்கு முன்பே காந்தி இங்கு வருவதில்லை என்பது முடிவாகிவிட்டது. போகக் கூடாது என்கிற என்னுடைய அறிவிப்பும் அவரது முடிவும் ஒரே நேரத்தில் எடுக்கப்பட்டிருப்பது தற்செயலாக இருக்கலாம். நான் அறிவித்திருப்பதை எப்படி அவர் முன்னதாக அறிந்திருக்க முடியும்? ஏதாவது 'டெலிபதி' மூலம் அறிந்திருப்பாரா?" *(CWSA, Vol 35, pages 186-88).*

தனது ஆஸ்ரம உறுப்பினர்களை காந்தியின் கூட்டத்துக்குப் போகக் கூடாது எனத் தான் ஆணையிட்டுள்ள செய்தியை, காந்தி எல்லோருக்கும் முன் வெளிப்படுத்தியதில் மகான் அரவிந்தர் சற்றே 'டென்ஷன்' ஆகியிருப்பது விளங்குகிறது. இப்படியான ஓர் ஆணை விதிக்கப்பட்டுள்ளதாலேயே, தான் வரவில்லை என்பதுபோலக் காந்தி காட்டிக் கொள்கிறார் என்பதாக அவர்மீது சீற்றம் கொள்கிறார்.

எது எப்படியானாலும் ஒன்று உறுதி. தன்னை காந்தி சந்திக்கக் கூடாது என்பதில் அரவிந்தர் உறுதியாக இருந்தது மட்டுமல்ல; அன்னையின் சார்பாக முடிவெடுத்து அறிவிக்கும் பொறுப்பையும் அவரே மேற்கொள்கிறார். அது மட்டுமல்ல; தன்னையும் அன்னையையும் மட்டுமல்ல, ஆச்ரம உறுப்பினர்களையும் காந்தி சந்திக்கக் கூடாது என்பதிலும் உறுதியாக இருந்துள்ளார் என்பது ஐயத்திற்கிடமின்றித் தெளிவாகிறது.

காந்தி மீது அரவிந்தர் கொண்டுள்ள இந்தக் கோபத்தை, நாம் சரியாகப் புரிந்துகொள்வது அவசியம். சுதந்திரப் போராட்டத்தை வெகு மக்கள் போராட்டமாக மாற்றியது, முஸ்லிம்களை உள்ளடக்கியது என்பதோடு காந்தியை வெறுக்க

அரவிந்தர் இன்னொரு காரணமும் வைத்திருந்தார் என்பது அதில் வெளிப்படுகிறது.

காந்தியின் பாதை துறவுப் பாதை எனவும், தமது பாதை துறவை மறுக்கும் பாதை எனவும் இங்கு அவர் கூறுகிறார். துறவு, பிரம்மச்சரியம் முதலானவற்றின் ஊடாக ஆண்மை என்கிற கருத்தாக்கத்தைக் காந்தி மழுங்கடித்தவர் என்கிற கோபம் அரவிந்தருக்குக் காந்தி மேல் உள்ளதை, இங்கு அவர் வெளிப்படையாகக் காட்டுகிறார். அப்படி காந்தி ஆண்மை என்கிற கருத்தாக்கத்தை ஏற்காதற்குக் காரணம், அவரிடம் மேலோங்கியிருந்த கிறிஸ்தவ அறம்தான் என அரவிந்தர் கருதியதும் இதில் ஒரு பங்கு வகிக்கிறது.

10. அனைத்து அம்சங்களிலும் காந்தியை வெறுத்த அரவிந்தர்!

அறிவியல், தொழில்நுட்பம் எல்லாவற்றிலும் மேற்குலகுக்கு நிகராக நிற்கும் வலிமையான இந்தியாவைக் கனவு கண்ட அரவிந்தர், காந்தியின் பட்டினி விரதங்கள், உணர்ச்சிகளை அடக்கும் பிரம்மச்சரிய சோதனைகள், காமத்தைத் தூண்டும் என மாட்டுப்பாலைத் தவிர்த்து ஆட்டுப்பாலை மட்டுமே அவர் அருந்துவது முதலானவற்றைக் கவைக்குதவாத வெட்டி வேலைகள் என அரவிந்தர் கருதினார். மேற்குலகுடன் தொழில்துறையில் இந்தியா போட்டியிடவேண்டும் என நினைத்த அவருக்கு, காந்தி சுற்றிய இராட்டை, கையால் நெய்யப்பட்ட கதர் ஆடைகள் என்பனவெல்லாம் கேலிக்குரியனவாகவே தோன்றியது. காந்தியின் இந்த இராட்டை அரசியலை அவர் வெளிப்படையாகக் கேலி செய்தார்.

"காந்தி ராட்டையை, ஒரு மத நம்பிக்கைக்குரிய புனிதப் பொருளாக மாற்றினார். ராட்டை சுத்தாதவர்கள் காங்கிரஸ் உறுப்பினராக ஆவதைத் தடுத்தார். அவரை முழுமையாகப் பின்பற்றியவர்களில் கூட, எத்தனை பேர் அவரது இந்த ராட்டை

வழிபாட்டை ஏற்றுக்கொண்டிருக்க முடியும்? இராட்டை சுற்றிக் கிடைக்கும் ஒரு சில ரூபாய்களுக்காக இவ்வாறு அவர் மக்களின் ஆற்றலை வீணடித்தது அறிவுக்குப் பொருந்தாத ஒன்று. மக்களுக்குக் கல்வியைக் கொடு. தொழில் பயிற்சி கொடு. அரசியல் ரீதியாக அல்லாமல் வணிகத்திற்கு அடிப்படையாக அமையக்கூடிய உயிர்ப்புமிகு கோட்பாடுகளைச் சொல்லிக் கொடு. அவை பயன் தரும். ஆனால், காந்தி அப்படியான தொழில்துறை அமைப்பை விரும்பவில்லையே! பழைய பண்பாட்டுக்குத் திரும்பும் ஒரு பின்னோக்கிய நகர்வுக்குத்தானே அவர் வழிவகுத்தார். அதனால்தானே 'ராட்டை சுத்து, ராட்டை சுத்து, ராட்டை சுத்து' என்பதை ஒரு மந்திரமாக ஓதினார்" – என்றெல்லாம் காந்தியைக் கேலி செய்தார் (*India's Rebirth, June 23, 1926*).

'அஹிம்சை', 'எதிரியை வெறுக்காமல் எதிர்த்தல்' முதலான காந்தியின் அரசியல் கோட்பாடுகளையும் அரவிந்தர் வெளிப்படையாகக் கேலி செய்யத் தயங்கவில்லை. தன் மகனை அரவிந்தரைச் சந்திக்க அனுப்பியது குறித்து காந்தி ஒரு கடிதத்தில் குறிப்பிட்டிருந்ததைச் சற்றுமுன் பார்த்தோம். அது குறித்து அரவிந்தர் சொல்வது:

"அவர் (காந்தியின் மகன் தேவதாஸ்) அஹிம்சை பற்றிய என் கருத்தைக் கேட்டார். ஆஃப்கானிஸ்தானத்திலிருந்து இந்தியாவை நோக்கி படை எடுத்து வருகிறார்கள் என வைத்துக் கொள்வோம். அதை உங்களுடைய அஹிம்சையால் எப்படி எதிர்கொள்வீர்கள் என நான் கேட்டேன். அவர் என்ன சொன்னார் என நினைவில்லை. அதற்கு மேல் ஒன்றும் அவர் கேட்கவில்லை என நினைவு." (*India's Rebirth*, ஆக 17, 1924)

சத்தியாக்கிரகம், அதை மேற்கொள்பவருக்கு எந்தப் பயனையும் அளிக்காது. துன்பம் இழைக்கப்படும்போதும் அந்தத் துயரைத் தாங்கிக்கொண்டு சத்தியாக்கிரகம் மேற்கொள்ளும் ஒருவரின் ஆன்ம ஆற்றல் வலிமை அடைந்தாலும், அப்படித் துயருறுபவர் அதிகாரத்தைப் பெறும்போது இன்னும் கொடுமையான ஒடுக்கு

முறையாளராக ஆகிவிடுவார் எனவும் பிறிதொரு சந்தர்ப்பத்தில் குறிப்பிட்டார் அரவிந்தர். எதிரியின் வன்முறையைப் பொறுத்துக் கொள்ளுதல் மூலம் வன்முறைக்கான உளநிலையை (*spirit of violence*) ஒருவர் இழக்க முடியாது என்பது அரவிந்தரின் கருத்தாக இருந்தது. இந்த வகையில், 'இந்தியாவின் பழைய முறையே' சிறந்தது எனவும் அவர் கூறினார். அதாவது, ஒருவன் தனது போரிடும் துடிப்பைத் தக்கவைப்பதன் ஊடாகவே சத்திரிய நிலையை அடைய முடியும். அப்போது அவனது இயற்கையான ஆற்றல் (*vital influence*) மேலும் வலிமையடைகிறது. அதன் மூலம் அவன் ஆன்மீக மேன்மை அடைகிறான். அஹிம்சையால் சாதிக்க முடியாதது இப்போது சாதிக்கப்படுகிறது. சத்திரியன் என்பவன் எந்த ஒடுக்குமுறையையும் அனுமதிக்காதவன். அதை எதிர்த்துப் போரிடுபவன். அப்படியானவனே வேறு யாரையும் ஒடுக்காதவனாகவும் இருப்பான் என்பார் அரவிந்தர் (*India's Rebirth, June 23, 1923*). அதாவது, அஹிம்சை அல்ல; சத்திரியத் தன்மையே ஒருவரை மேன்மைப்படுத்தும் என்பது அரவிந்தரின் கருத்து.

இந்த இடத்தில் அவர் சொல்லும் ஒரு கருத்து நம் கவனத்துக்குரியது:

"சகிப்புத்தன்மையை ஒரு தத்துவமாகக் கொண்ட ஒரு மதத்துடன் நீ இணக்கமாக வாழ முடியும். ஆனால், 'உன்னைச் சகித்துக் கொள்ள இயலாது' எனச் சொல்லும் ஒரு மதத்துடன் நீ எப்படி அமைதியாக வாழ முடியும்? அப்படியான மக்களுடன் எப்படி நீ ஒற்றுமையாக இருக்க முடியும்? ஹிந்துக்கள், முகமதியர்களில் ஒருவனைக்கூட மதம் மாற்றாதுள்ள நிலையில், முஸ்லிம்கள் இந்துக்களை மதம் மாற்றிக்கொண்டே இருக்கும்போது எப்படி இந்து முஸ்லிம் ஒற்றுமை ஏற்படும்? அது சாத்தியமில்லை. இப்படி நீ ஒற்றுமையைக் கட்டவே முடியாது. முஸ்லிம்களை ஆபத்தற்றவர்களாக ஆக்குவதற்கான ஒரே வழி, அவர்கள் தங்கள் மதத்தின் மீது வைத்துள்ள வெறித்தனமான நம்பிக்கையிலிருந்து அவர்களை விடுவிப்பதாகத்தான் இருக்க முடியும்" (*India's Rebirth, June 23, 1923*) என அவர் சொல்லும்போது, முஸ்லிம்கள்

குறித்த அரவிந்தரின் கருத்தில் ஏற்பட்டுள்ள மாற்றங்களை நம்மால் புரிந்துகொள்ள முடிகிறது.

பிறிதோரிடத்தில், காந்தி குறித்து அரவிந்தர் கூறுவதும் நமது கவனத்துக்குரிய ஒன்று. கீதையை பக்தியுடன் வாசிப்போர், அதை வன்முறையைப் போதிக்கும் நூலாக ஏற்கக் கூடாது என கீதைக்கு மாற்று உரை ஒன்றை எழுதியவர் காந்தி. (இது குறித்து நான் வேறு இடங்களில் பதிவு செய்துள்ளேன்- அ.மா). அதை ஒரு சாஸ்திரியார் அப்போது விமர்சித்திருப்பார் போல! அதைக்கண்டு தான் வியப்படைந்துவிட்டேன் எனக் காந்தி பதில் எழுதியுள்ளதாகவும் தெரிகிறது. இது பற்றி அரவிந்தர் மிகவும் கிண்டலாக, "கீதை குறித்தத் தனது விளக்கம் தவறுகளுக்கு அப்பாற்பட்டது என்கிற காந்தியின் கூற்றைப் பார்த்ததும் நான் வியப்படைந்துவிட்டேன்" எனக் கூறும் அரவிந்தர் மேலும் சொல்வது:

"உருவ வணக்கத்தை அழித்துவிட்டு அந்த இடத்தில் வேதங்களை வழிபடும் நிலையை ஏற்படுத்தியவர் எனத் தயானந்த சரஸ்வதியைக் காந்தி இன்னொரு பக்கம் விமர்சிக்கிறார். எனக்கென்ன அச்சமென்றால், காந்தியும் தன் அறிவாற்றலால் அதைத்தானே செய்கிறார் என்பதுதான். இராட்டை, கதர், அஹிம்சை ஆகியவற்றைப் புனிதத் திரு உருக்களாகக் கட்டமைத்து அப்படியான ஒரு சிலை வணக்கத்தைத்தானே காந்தி உருவாக்கியுள்ளார்! எல்லோருமே இப்படியான சிலை வணக்கங்களைத்தான் இப்போது உருவாக்கிக் கொண்டுள்ளார்கள். தயானந்த சரஸ்வதியின் ஆரிய சமாஜத்தை இப்படி விமர்சிக்கும் காந்தியால், முகமதிய மதத்தை அப்படி விமர்சிக்க முடியுமா? காந்தியின் கூற்று, கிறிஸ்துவத்தையும் குரானையும் கொண்டாடுவதாகத்தானே இருக்கிறது? பைபிள், கிறிஸ்து, சிலுவை ஆகியவற்றை எல்லாம் கிறிஸ்தவ மதம் சிலை வணக்கத்துக்கு உரியனவாக ஆக்கவில்லையா? மனிதர்க்கு இப்படியான புறச் சின்னங்கள் தேவைப்படுகின்றன. ஒரு சிலர்தான் புறச்சின்னங்களைத் தேடிக்கொண்டிருக்காமல் ஆழமாகச் சென்று முத்தெடுக்க இயலும்" (*India's Rebirth, June 23, 1923*).

இந்த இடத்தில் ஒரு சிறு விளக்கம். இந்துத்துவத்தின் வரலாற்றை எழுதும் யாரும், தயானந்த சரஸ்வதியிலிருந்துதான் (1824-1883) தொடங்குவர். அவரை வெறும் சீர்திருத்தவாதி என்பதற்கு அப்பால், இன்றைய இந்துத்துவத்தின் வெறுப்பு அரசியலின் தோற்றப் புள்ளியாகச் சொல்வர். தயானந்தரை, நால் வேதங்களை விமர்சனங்களுக்கு அப்பாற்பட்ட புனிதத் திரு உருக்களாக ஆக்கிவிட்டார் எனவும், ஏற்கனவே இந்துக்கள் வணங்கிவந்த கடவுளரைக் காட்டிலும் பெரிய கடவுளாக வேதங்களை ஆக்கிவிட்டார் எனவும் விமர்சித்ததை அரவிந்தரால் பொறுக்க இயலவில்லை. அதைக் கண்டு சீற்றமடைந்துதான், காந்தி மட்டும் இராட்டை, அஹிம்சை, கதர் எல்லாவற்றையும் வணக்கத்துக்குரிய புனிதங்களாக ஆக்கவில்லையா என்கிறார் அரவிந்தர்.

அத்தோடு விட்டிருந்தாரானால் சரி. ஆனால் அதற்கும் மேலே சென்று, காந்தி ஏன் இஸ்லாம், கிறிஸ்தவம் ஆகியவற்றின் மீது அப்படியான விமர்சனங்களை வைக்கவில்லை என அவர் கோபப்படுவதும் இங்கே கவனத்துக்குரியது. அரவிந்தருக்கு இஸ்லாம், கிறிஸ்தவம் இரண்டுமே அந்நிய மதங்கள்தான் என்ற போதிலும், இஸ்லாத்தைக்காட்டிலும் கிறிஸ்தவ வெறுப்பு அதிகம். காந்தி குறித்த அவரது வெறுப்புக் கூற்றொன்றில் இதைக் காணலாம். அது:

"உண்மையில் காந்தி ஒரு ஐரோப்பியன்; இந்திய உடலைக் கொண்ட ருஷ்ய கிறிஸ்தவன். இந்திய உடல்களுடன் கூடிய சில ஐரோப்பியர்கள் உள்ளனர்! காந்தி ஒரு ஐரோப்பியன்! ஆம். கிறிஸ்தவர்களாகவே பிறந்த பல கிறிஸ்தவர்களைக் காட்டிலும், இவர் இன்னும் அதிகக் கிறிஸ்தவர் என ஐரோப்பியர்கள் இவரைப்பற்றிச் சொல்வது முற்றிலும் சரி. சிலர் அவரை நவீன காலக் கிறிஸ்து என்றேகூடச் சொல்வதுண்டு. அவருடைய போதனைகள் அத்தனையும் கிறிஸ்தவத்தை அடிப்படையாகக் கொண்டவைதான். இந்திய உடையில் கிறிஸ்தவ ஆன்மா. அவர் கிறிஸ்துவாக இல்லாமல் இருக்கலாம். எப்படி இருந்த போதிலும் அந்த (கிறிஸ்தவத்தின்) உந்துதலின் தொடர்ச்சியாக

வந்தவரே அவர். டால்ஸ்டாயின் சிந்தனைகள், பைபிள் மற்றும் மிகவும் ஆழமான சமணக் கருத்துக்கள் ஆகியவற்றின் தாக்கத்தைக் காந்தியின் உரைகளில் காணலாம். இந்திய வேதங்கள், உபநிஷத்கள், கீதை ஆகியவற்றின் தாக்கத்தைக் காட்டிலும் மேற்சொன்னவற்றின் தாக்கமே அவரிடம் அதிகம். வேதங்கள், உபநிஷத்கள், கீதை ஆகியவற்றுக்கும்கூட தனது இந்தக் கருத்துக்களிலிருந்தே அவர் விளக்கமளிக்கிறார்.

"படித்த இந்தியர்கள் பலரும், காந்தியை ஓர் ஆன்மீகவாதி எனக் கருதுகின்றனர். ஏனெனில், ஐரோப்பியர்கள் (அதை) ஆன்மீகம் எனச் சொல்கிறார்கள் அல்லவா! ஆனால், அவர் பேசுவதெல்லாம் இந்திய ஆன்மீகம் அல்ல. அவை ருஷ்யக் கிறிஸ்தவத்திலிருந்து தருவிக்கப்பட்டவை... அஹிம்சை, தன்னைத்தானே வருத்திக் கொள்ளுதல் எல்லாம் அங்கிருந்து வருபவைதான்.

"இந்த ருஷ்யர்கள் இருக்கிறார்களே... அவர்கள் பலமும் பலவீனமும் கலந்த ஒரு வேடிக்கையான கலவை. ஒரு வகையான உணர்ச்சிவயப்பட்ட புத்தி கொண்ட (passionate intellect) பிறவிகள். ஒரு மாதிரியான கவனம் சிதைந்த, அமைதியற்ற, உணர்ச்சிவயப்பட்ட பிறவிகள். ஆனால், இத்தகைய தோற்றங்களுக்குப் பின் சில விஷயங்கள் உள்ளன. அவை மிக அழகானவை, உளவியல் சார்ந்தவை; ஆனால், இத்தனைக்குப் பின்னும் அவர்களின் ஆன்மா அத்தனை ஆரோக்கியமானவை அல்ல. எனவே. நான் காந்தியை ஒரு ருஷ்யக் கிறிஸ்தவர் எனச் சொல்லும்போது, அதுவும்கூட அத்தனை சரியான கணிப்பு அல்ல! ஏனெனில், காந்தி அத்தனை வறண்ட மனிதர். அவருக்கு ஓர் அறிவுத் தாகம், அற விருப்புறுதி எல்லாம் உண்டுதான். ஆனால், ருஷ்யர்களைக் காட்டிலும் அவர் மிகவும் வறண்டவர். (அஹிம்சையின் பெயரால்) துயரைச் சகித்துக் கொள்வது என அவர் ஓதுகிற புனித வேதத்தின் வேர்கள் ருஷ்யாவில்தான் உள்ளன. ஏனெனில், ஐரோப்பாவில் உள்ள இதர கிறிஸ்துவ நாடுகள் அதை நம்புவது இல்லை. பிற ஐரோப்பிய கிறிஸ்தவர்களும் கூட இப்படியான உணர்வை

ஒருவேளை மனத்தளவில் கொண்டிருக்கலாம். ஆனால், ருஷ்யர்களோ அதை இரத்தத்திலேயே கொண்டுள்ளார்கள். அவர்கள் இப்படித் துயரைச் சகித்துக்கொள்வது என்பதைத் தம் வேதமாகக் கைகொள்வதன் மூலம் ஒரு தவறைச் செய்கிறார்கள். ஆனால், இந்தியாவில் வாழும் நாமும் 'வைராக்யம்' (உலக வெறுப்பு) எனும் கருத்தை ஓதுவதன் ஊடாக ஒரு தவறைச் செய்கிறோம்" (India's Rebirth, June 22, 1926).

அரவிந்தரின் இக்கூற்று, சற்று உங்களுக்குக் குழப்பமாக இருக்கலாம். காந்தி குறித்த வெறுப்பில், மகான் அரவிந்தர் இங்கே சற்று நிலை தடுமாறுகிறார். காந்தியின்மீது அரவிந்தருக்குக் கடும் வெறுப்பு இருந்ததற்கும், அவரை அரவிந்தர் ஒரு 'ருஷ்யக் கிருத்துவன்' எனச் சாடுவதற்கும் இன்னும் பல சான்றுகள் உண்டு. சுருக்கம் கருதி அவை இங்கே தவிர்க்கப்படுகின்றன.

"காந்தியின் இயக்கம் தொடங்கும்போதே சொன்னேன்.. அது தோல்வி அடையும் அல்லது பெரும் குழப்பத்தில் முடியும் என! இப்போதும் நான் அந்தக் கருத்தை மாற்றிக்கொள்ள எந்தக் காரணமும் இல்லை. வேண்டுமானால், இப்படிச் சொல்லலாம். அவரது இயக்கம் குழப்பத்திலும் முடிந்தது; தோல்வியிலும் முடிந்தது" என்றும் அரவிந்தர் கூறத் தயங்கவில்லை. (India's Rebirth, June 23, 1926).

காந்தி ஒரு சர்வாதிகாரியாய் நடந்து கொள்கிறார் எனவும், 1920-21 ஆண்டுகளில் கிலாஃபத் இயக்கம் தொடங்கப்பட்ட போது அவர் காங்கிரஸ் செயற்குழுவைக் கலந்தாலோசிக்கவில்லை எனவும் பிறிதொருமுறை குற்றம் சாட்டினார். 1947-ல் காங்கிரஸ் செயற்குழு படேலைப் பிரதமராகத் தேர்வு செய்தபோது, காந்தி நேருவைப் பிரதமராக்கினார் என்றும் அரவிந்தர் கூறியுள்ளார் (http://mails-read.blogspot.com/.../sri-aurobindo-on-gandhi.ht...).

1934-ல் நேபாளிலும் பிஹாரிலும் ஒரு புவி அதிர்ச்சி உண்டாகிப் பெரும் அழிவு ஏற்பட்டது. "ஹரிஜன்களுக்கு நாம் இழைத்த (தீண்டாமைக்) கொடுமைக்கு இறைவன் அளித்த தண்டனை இது" என காந்தி அது பற்றிக் கூறினார். அது அப்போது பெரும்

சர்ச்சைக்குள்ளானது. காந்தியின் இந்தக் கூற்றையும் அரவிந்தர் கிண்டலடித்தார். அப்போது காந்தி ஓர் உண்ணாவிரதம் இருந்தார். அது குறித்து,

"யாரோ என்னிடம் காந்தியின் ஏழு நாள் உண்ணாவிரதம் பற்றிப் பேசினார்கள். 'எதற்காக இந்த உண்ணாவிரதம்? ஹரிஜனங்களுக்காக ஒரு புவி அதிர்ச்சியை உண்டாக்கவா?' என நான் கேட்டேன். குறைந்தபட்சம் அவரது சொந்த பூமியாவது (அதாவது, காந்தியின் உடல்) அதிர்ச்சி அடையுமா?" எனக் கேலி செய்தார் அரவிந்தர் (*India's Rebirth*, March 11 1934).

அரவிந்தருக்கு, காந்தி மீது இருந்த ஆத்திரமும் வெறுப்பும் ஒரு மகானாகக் கருதப்படும் அவருக்கு எவ்வகையிலும் பொருந்தாததாக உள்ளதை விளக்கத்தான் இவ்வளவையும் சொன்னேன். இன்னும் அவர், காந்தி குறித்து கடும் சொற்களிலான விமர்சனங்கள் பலவற்றை வைத்துள்ளார். சுருக்கம் கருதித் தவிர்க்கிறேன். காந்தியின் அகிம்சைக் கோட்பாடு, முஸ்லிம்கள் குறித்த அணுகல்முறை ஆகிய அனைத்து அம்சங்களிலும் அரவிந்தர் வேறுபட்டு நின்றார். அரவிந்தரின் இந்த வெறுப்புப் பேச்சுக்களையும் ஆத்திரத்தையும் பார்க்கும்போது, அவர் குறித்த மகரிஷி எனும் பிம்பம் கலைந்து தூளாகிறது.

அதே நேரத்தில் பிரிட்டிஷ் எதிர்ப்பைப் பின்னுக்குத் தள்ளி, முஸ்லிம் எதிர்ப்பை முன்னுக்குக் கொண்டுவந்து இந்துத்துவ அரசியல் ஒன்றை இன்னொரு பக்கம் ஆர்.எஸ்.எஸ் மற்றும் இந்து மகாசபை முதலியன முன்னெடுத்துக் கொண்டிருந்தன. காந்தி உயிருடன் இருக்கும்வரை தங்களின் முயற்சிகள் பலனளிக்காது என்பதை, அவர்கள் அப்போது உணரத் தொடங்கினர்.

இத்துடன் இது நிறைவு பெறுகிறது. காந்தியை அரவிந்தர் முழுமையாக வெறுத்ததற்கு ஆதாரமாக அரவிந்தரின் காழ்ப்புமிக்க இன்னும் பல கூற்றுகளை நீங்கள் வாசிக்க இயலும். *Tales of Prison Life, India's Rebirth* முதலான ஸ்ரீ அரவிந்தரின் நூல்கள் பலவற்றையும் ஆங்கிலத்தில் நீங்கள் தரவிறக்கம்

செய்யலாம். தேதி வாரியாக அவரது கூற்றுக்களையும், பதிவுகளையும் அவர்கள் தொகுத்துள்ளனர். புதுச்சேரி அரவிந்தாஸ்ரமத்தில் அவற்றில் சிலவற்றை விலைக்கும் வாங்கலாம். 'எனது சிறைவாசம்' எனும் நூல், தமிழில் அங்கு கிடைக்கிறது. இதை நான் தொடராக எழுதிவந்தபோது, கருத்துக்கள் தெரிவித்துப் பதிவிட்ட நண்பர்களுக்கு நன்றிகள்.
– அ.மார்க்ஸ்)

இந்திய சுதந்திரப் போராட்டத்தைப் புரிந்துகொள்ளத் தேவையான ஒரு முக்கிய குறிப்பு

அரவிந்தரைக் கொண்டாடும் ஒரு மதம் மாறிய வெள்ளைக்காரர் காந்தி குறித்து முன்வைக்கும் கருத்திலிருந்து தொடங்குவோம்.

பா.ஜ.க. அரசு ஆட்சிக்கு வந்தவுடன் மேற்கொண்ட நடவடிக்கைகளில் ஒன்று 'டேவிட் ஃப்ராலி' என்கிற ஒரு அமெரிக்கருக்கு இந்திய அரசின் பெருமைக்குரிய 'பத்ம பூஷன்' விருதை அளித்து கவுரவித்தது (2015 மார்ச் 25). தன் இயற்பெயரை 'வாமதேவ சாஸ்திரி' என மாற்றிக்கொண்டு இந்திய வேதங்களையும் இந்திய ஜோதிடத்தையும் உலக அளவில் பரப்பி வருபவர் இவர். காந்தியையும் அரவிந்தரையும் ஒப்பிட்டு இந்த வாமதேவ சாஸ்திரி கூறியது: "காந்தி மற்றும் அவரது ஆதரவாளர்களின் மீதான உரிய மரியாதையுடன் நான் கூறுவது இதுதான்: காந்தியைக் காட்டிலும் இந்தியா குறித்த வளமான கருத்தாக்கத்தையும் யோகப் பார்வையையும் கொண்டவர் அரவிந்தர்தான். இந்தியா குறித்த வலிமையான நடைமுறைப்

பார்வையும் அவருக்குத்தான் உண்டு" - அரவிந்தரையும் மகாத்மா காந்தியையும் ஒப்பிட்டுக் கூறப்பட்ட இந்தக் கருத்து எந்த அளவிற்குச் சரி என்பதைப் பார்ப்போம்.

காந்தி குறித்த *ஸ்ரீஅரவிந்தரின்* கூற்றுகள் சிலவற்றிலிருந்து தொடங்கலாம்:

1. *ஜூலை 23, 1923:* சத்யாக்கிரகம் அல்லது அகிம்சையை ஒருவன் மேற்கொள்ளும்போது அவனுக்கு என்ன நடக்கிறது? அவன் தூய்மை அடைகிறான் என அவர் (காந்தி) நினைக்கிறார். ஆனால் மனிதர்கள் இப்படித் தாமாகவே முன்வந்து துயருறும்போது அவர்களின் உயிர் இருப்பு *(vital being)* உறுதி அடைகிறது. இப்படியான அசைவுகள் உயிர் இருப்பைத்தான் பாதிக்கிறதே ஒழிய வேறெதையும் அல்ல. ஆனால் உன்னை ஒடுக்கும் ஒரு சக்தியை உன்னால் எதிர்க்க முடியாதபோது நீ துன்புறுவதாகச் சொல்கிறாய். அந்தத் துயர் உனக்கு வலிமையைத் தருகிறது. இவ்வாறு துன்பத்தை அனுபவிக்கும் ஒரு மனிதன் மோசமான ஒரு ஒடுக்குமுறையாளனாக ஆகிறான்... சகிப்புத்தன்மையைக் கொள்கையாக உடைய ஒரு மதத்துடன் நீ சமாதானமாக வாழலாம். ஆனால், "உன்னை நான் சகித்துக் கொள்ள மாட்டேன்" எனக் கூறும் ஒரு மதத்துடன் நீ எப்படி அமைதியாக வாழ முடியும்? இந்துக்கள் ஒரு முகமதியனைக் கூட மதம் மாற்றாதபோது முஸ்லிம்கள் இந்துக்களை மதம் மாற்றிக்கொண்டே போனால் இந்து முஸ்லிம் ஒற்றுமை என்பது எப்படிச் சாத்தியம் ஆகும். முகமதியர்களை இப்படி மதம் மாற்றுவதையும், அவர்களின் இந்த வெறித்தனமான நம்பிக்கையையும் கைவிடுமாறு செய்து அவர்களை ஆபத்தற்றவர்களாக ஆக்கினால்தான் அவர்களோடு நாம் சேர்ந்து வாழ முடியும்.

2. *ஜூன் 02, 1924:* காந்தியைக் கும்பிடும் நிலை: "காந்தியின் கீதை குறித்த விளக்கத்தை சாஸ்திரி ஒருவர் கேள்விக்கு உள்ளாக்கியதைக் கண்டு காந்தி அசந்துபோனார். கீதை குறித்த தன்னுடைய விளக்கத்தைப் பிழையே இல்லாதது

என காந்தி பெருமை கோரியதைக் கண்டு நான் அதிர்ந்து போனேன். காந்தி, தயானந்த சரஸ்வதியையும் விமர்சித்துள்ளார். அவரது கருத்துப்படி தயானந்தர் உருவ வழிபாட்டை ஒதுக்கிவிட்டு அந்த இடத்தில் வேதங்களை வைக்கிறாராம். எனக்கு என்ன பயம் என்றால் ராட்டை சுற்றுவது, கதர் உடுத்துவது என்றெல்லாம் அதே தத்துவத்தைத்தானே காந்தியும் முன்வைக்கிறார் என்பதுதான். மதத்திலும், தத்துவத்திலும் அவர் 'அகிம்சை'யைப் புகுத்துவதையும் ஒருவர் இதோடு பொருத்திக் கொள்ளலாம்."

3. *ஜூன் 2, 1924: காந்தி முன்வைக்கும் சிலை வணக்கம் குறித்து ஒன்று:* எல்லோரும் ஒவ்வொரு வகையில் இப்படிச் சிலை வணக்கத்தைச் செய்கிறார்கள். ஆர்ய சமாஜிகள் சிலை வணக்கத்தை விட்டுவிட்டதை காந்தி விமர்சிக்கிறார். முகமதியர்களும் சிலை வணக்கத்தை ஏற்பதில்லை. ஆனால் அவர்களை இப்படி அவர் விமர்சிப்பாரா?

(அ.மா: ஒரு விளக்கம்: காந்தி சிலை வணக்கத்தை மறுத்தோ இல்லை ஆதரித்தோ இதைச் சொல்லவில்லை. சிறுபான்மை மக்களுக்கு எதிரான மத வெறுப்பை விதைத்தவர்களில் தயானந்த சரஸ்வதிக்கு ஒரு முக்கிய பங்குண்டு. அந்த வகையில் தயானந்தரை காந்தி ஏற்பதில்லை. அவர் மீது காந்தியின் விமர்சனத்தின் அடிப்படை அதுவே. மற்றபடி சிலை வணக்கம் அல்லது சிலை வணக்க மறுப்பு என்றெல்லாம் காந்தி தீவிரமான கருத்து எதையும் கொண்டவர் அல்ல. அவரது பிரார்த்தனை நிகழ்வுகள் என்பதெல்லாம் எந்தக் குறிப்பான கடவுளையும் குறித்தோ இல்லை எந்த ஒரு குறிப்பான மதத்தவர்கள் மட்டுமே கூடுவதாகவோ இருந்ததில்லை. அங்கே பெரிய அளவில் இந்துக்கள் உண்டு. முஸ்லிம்கள், கிறிஸ்தவர்கள், பார்சிகள் எல்லோரும் உண்டு. அவை ஒரு சர்வ சமயக் கூடல்களாகவே இருந்தன. அக்டோபர் 02 2020 அன்றைய 'யங் இந்தியா' இதழில் காந்தி எழுதியது மிக முக்கியமான ஒன்று. அது: "ஒரு இந்து ஆலயம் அல்லது ஒரு கத்தோலிக்க வணக்கத்தலம் ஆகியவற்றில் சிலை வணக்கம் மேற்கொள்வதை

மூட நம்பிக்கை என நான் விமர்சிப்பதில்லை. அதேபோல ஒரு பள்ளிவாசலிலோ சீர்திருத்தக் கிறிஸ்தவ ஆலயத்திலோ சிலை வணக்கம் இல்லாததை நான் புரட்சிகரமானது எனப் புகழ்ந்ததும் இல்லை. எந்த ஒரு உருவச் சிலையும் என்னில் எந்த ஒரு தெய்வீக உணர்வையும் கிளர்த்தியதில்லை. உருவ வழிபாடு என்பது மானுட வாழ்வின் ஒரு இயல்பாக உள்ளதை நான் புரிந்துகொள்கிறேன். மக்கள் இப்படியான அடையாளங்களைத் (symbolism) தேடி நேசிப்பவர்களாக உள்ளதையும் உணர்கிறேன். ஏன் ஒரு கிறிஸ்தவன் வேறெங்கிலும் காணாத புனிதத்தை ஒரு மாதாகோவிலில் உணர்கிறான்? உருவங்கள் இறை வணக்கத்திற்கான ஓர் உதவியாக (aid) அமைகின்றன. இதன் பொருள் இந்துக்கள் எல்லாம் சிலைகளையே கடவுளாக ஏற்கிறார்கள் என்பதும் அல்ல. சிலை வணக்கத்தை நான் ஒரு குற்றமாக என்றும் கருதியதில்லை. (Young India, 06.10.2021) வேறு பல தருணங்களிலும் காந்தி இந்தத் தன் நிலைபாட்டை விளக்கியுள்ளார்.)

4. ஆகஸ்ட் 17, 1924: அரவிந்தர் காந்தியைக் கடுமையாக எதிர்த்தபோதும், அவரைச் சந்திக்க மூர்க்கமாக மறுத்தபோதும், எவ்வளவு வெறுத்தபோதும் காந்தி எப்படியாவது அரவிந்தரைச் சந்தித்து உரையாட பல முயற்சிகளை மேற்கொண்டது குறித்து விரிவான பதிவுகள் உள்ளன. எனது இந்த நூலிலும் அது குறித்து எழுதியுள்ளேன். 1924இல் காந்தி எப்படியாவது அரவிந்தரைச் சந்தித்து உரையாட வேண்டும் என அது குறித்துப் பேச அவரது மகன் தேவதாசை புத்துச்சேரிக்கு அனுப்பினார். இது குறித்து அரவிந்தர் கூறியது: "அவர் (தேவதாஸ்) என்னிடம் அகிம்சை குறித்து உங்கள் கருத்து என்ன எனக் கேட்டார். 'ஆஃப்கானிஸ்தானியர்கள் படை எடுத்து வருகிறார்கள் என வைத்துக் கொள்வோம். அதை எப்படி நீங்கள் அகிம்சை முறையில் எதிர்கொள்வீர்கள்' என்று நான் திருப்பிக் கேட்டேன். அவ்வளவுதான் எனக்கு நினைவில் உள்ளது. அதன் பின் அவர் எதுவும் என்னைக் கேட்டதாக எனக்கு நினைவில்லை."

இப்படித் தனது எடுத்துக்காட்டில் கூட அரவிந்தர்

'ஆஃப்கானியர்களைத்தான்', அதாவது முஸ்லிம்களைத்தான் வில்லன்களாகக் காட்ட முடிகிறது. எந்த வடிவிலும் அவர் அகிம்சை எனும் காந்தியக் கருத்தாக்கத்தை ஏற்கத் தயாராக இல்லை.

5. ஜூன் 22, 1926 : ஒரு சீடரின் கேள்வி இப்படி அமைகிறது: மற்ற நாட்டினரைக் காட்டிலும் இந்தியர்கள் ஆன்மீகப் பற்றுள்ளவர்களா?

அரவிந்தரின் பதில்: "இல்லை. அப்படி எல்லாம் ஒன்றும் இல்லை. எந்த தேசமும் முழுமையாக ஆன்மீகப் பற்றுள்ளவர்களைக் கொண்டுள்ளதாகச் சொல்ல முடியாது. மற்றவர்களைக் காட்டிலும் இந்தியர்கள் ஆன்மீகப் பற்றுள்ளவர்கள் என்றும் சொல்வதற்கில்லை. ஆனால் இந்திய இனத்திற்குப் பின்னால் பழங்கால ஆன்மீகப் பற்று உயிருடன் உள்ளது. இந்தியாவில் உள்ள தேசியச் செயல்பாட்டாளர்கள் சிலர் ஐரோப்பிய சக்திகளின் மறு பிறப்பாக உள்ளனர். அவர்கள் மறு பிறவிகளாக இல்லாமல் இருக்கலாம். ஆனால் அவர்கள் பெரிய அளவில் ஐரோப்பிய சிந்தனைகளால் ஈர்க்கப்பட்டவர்களாக உள்ளனர். எடுத்துக்காட்டாக காந்தியைச் சொல்லலாம். அவர் பெரிய அளவில் ஐரோப்பிய சிந்தனைகளால் ஈர்க்கப்பட்டவர். அவர் இந்திய உடலில் உள்ள ஒரு ருஷ்ய கிறிஸ்தவன். அதேபோல ஐரோப்பிய உடலில் திரியும் இந்தியர்களும் இங்கு உண்டு. காந்தி ஒரு ஐரோப்பியன்."

இப்படி எது குறித்துப் பேசினாலும் காந்தியை 'வில்லனாக' நிறுத்துவது என்பது அரவிந்தரின் வாடிக்கையாக இருந்ததையும் நாம் கவனத்தில் கொள்ள வேண்டும்.

காந்தி குறித்த அரவிந்தரின் வேறு சில வெறுப்பு உமிழ்வுகள்: "ஆம். அவர் (அதாவது காந்தி) கிறிஸ்தவர்கள் பலரைக் காட்டிலும் பெரிய கிறிஸ்தவன் என ஐரோப்பியர்கள் சொல்லும்போது அவர்கள் முற்றிலும் சரியாக அவரை எடைபோடுகின்றனர். சிலர் அவரை நவீன காலக் கிறிஸ்தவன் என்கின்றனர். அவரது போதனைகள் அத்தனையும் கிறிஸ்தவத்திலிருந்தே உதிக்கிறது.

போட்டிருக்கும் சட்டை இந்தியனுடையது. உள்ளே இருக்கும் சாரம் கிறிஸ்தவமானது. அவர் கிறிஸ்துவனாக இல்லாமல் இருக்கலாம். ஆனால் எந்த வகையில் பார்த்தாலும் அவர் அதே உணர்வாளர்தான். அவர் பெரிய அளவில் டால்ஸ்டாய் மற்றும் பைபிள் கருத்துக்களாலும் வலிமையான சமணக் கருத்து நிலையாலும் ஆக்கப்பட்டவர். அவருடைய உரைகளிலும் இதைக் காணலாம். உபநிஷத்கள், கீதை மற்றும் இந்தியப் புனித நூல்களைக் காட்டிலும் அவர் தனது (ஐரோப்பிய) சிந்தனையின் அடியாகவே எதையும் விளக்குவார். கிறிஸ்தவம், இஸ்லாம் ஆகியவற்றிற்கு அடுத்தபடியாக அவர் காய்வது சமண மதத்தைத்தான், ஆக அரவிந்தரின் மத வெறுப்பு என்பது அந்நிய மதங்களோடு மட்டும் முடியவில்லை. இந்திய மதங்களில் ஒன்றான சமணத்தின் மீதும் அவர் அடிக்கடி இப்படி வெறுப்பைக் கக்குவதைக் காண்கிறோம். காரணம் என்ன? யோசித்துப் பார்க்கும்போது ஒன்று விளங்குகிறது. இந்திய மதங்களிலேயே, ஏன் உலக மதங்களிலேயே ஆகத் தீவிரமாக உயிர்க் கொலையை எதிர்த்த மதம் என்றால் அது சமணம்தான். பாதையில் நடக்கும்போது கூட தங்கள் காலடிகளால் சிற்றுயிர்கள் நசுங்கிவிடக் கூடாதென மயிர்ப்பீலியால் துடைத்த பின் அடியெடுத்து வைப்பவர்கள் அவர்கள். காந்தியின் மீது அரவிந்தர் கொண்ட வெறுப்பிற்கும் இதுதான் காரணமாக இருக்க முடியும். தனது இருப்பிடமான மானிக்டோலா தோட்டத்தையே ஒரு வெடிகுண்டு உற்பத்தி சாலையாக மாற்றியவர்தான் அரவிந்தர் என்பதையும் நாம் மறந்துவிடக் கூடாது.

அரவிந்தரின் இன்னொரு கூற்று: "நிறையப் படித்த இந்தியர்கள் கூட காந்தியை ஒரு ஆன்மீகவாதி என நினைக்கிறார்கள். மதிக்கிறார்கள். ஆமாம். ஏனென்றால் ஐரோப்பியர்கள் அப்படிச் சொல்கின்றனர். ஆனால் காந்தி உதிர்க்கும் ஆன்மீகம் என்பது இந்திய ஆன்மீகம் அல்ல; அது ருஷ்ய கிறிஸ்துவத்தால் உருப்பெறுவது. அகிம்சை, தன்னைத்தானே வருத்திக்கொள்வது, கிறிஸ்தவம், சமணம், ஐரோப்பியம்... இப்படி..." – இதைப் பெரிதாக விளக்க வேண்டிய தேவை இல்லை.

அரவிந்தரின் இதுபோன்ற இன்னும் நிறைய கொடும் வெறுப்புக் கருத்துக்களைச் சுட்டிக்காட்டலாம். அதனால் பயனில்லை. ஏனெனில் அரவிந்தரின் இந்தக் கொடூரமான வெறுப்புரைகளின் ஊடாக அவர் புதிதாக எதையும் சொல்லப்போவதில்லை. அவரது உரையாடல்கள் எல்லாம் தொகுத்துப் பார்க்கும்போது ஒரு மனிதருக்குள் இத்தனை வெறுப்புகள் புதைந்து கிடக்கும் என நான் நினைத்துக்கூடப் பார்த்ததில்லை.

6.மே 28 1940 : 1940 வாக்கில் அரவிந்தரின் இந்த வெறுப்பு கிறிஸ்தவத்தின் மீது மட்டுமின்றி இஸ்லாத்தின் மீதும் பாயத் தொடங்கியது. ஒரு பத்திரிகையாளரின் கேள்விக்குப் பதிலாக அரவிந்தர் சொன்னது: "எட்டுக் கோடி முஸ்லிம்களும் ஒரு தனி நாடு கேட்டால் மீதமுள்ள 25 கோடி இந்துக்களும் அதற்குப் பணிவதைத் தவிர வேறு என்ன செய்ய முடியும். இல்லாவிட்டால் உள்நாட்டுப் போர் தொடங்கும் என்கிறார் காந்தி."

ஒரு சீடர்: (அரவிந்தரின் இந்தக் கூற்றை ஏற்காத ஒரு சீடர் கேட்டது): "அப்படியான ஒரு சூழலுக்குத் தீர்வாக காந்தி இப்படி ஒரு முடிவை முன்வைப்பார் என்றெல்லாம் நான் நினைக்கவில்லை. இதன் பொருள் என்ன?"

அரவிந்தர்: அவர் அப்படி நினைக்கவில்லை என்றா நீ சொல்கிறாய்? அவர் உண்மையிலேயே அப்படிச் சொல்லியுள்ளார். கிட்டத்தட்ட அதற்கு (அப்படியான தனி நாட்டுப் பிரிவினைக்கு) ஒத்துக்கொண்டும் விட்டார். எதிர்த் தரப்பின் இந்தக் கோரிக்கைக்கு நீங்கள் இப்படி இப்போதே பணிந்தீர்களானால் உறுதியாக எதிர்த்தரப்பினர் தமது (பிரிந்துபோகும்) கோரிக்கையைத் தீவிரப்படுத்துவார்கள். அதன் பொருள் என்ன? சிறுபான்மை ஆட்சி புரியும். பெரும்பான்மை பணிந்து நிற்கும் என்பதுதானே.

விரிவாக விளக்க வேண்டியதில்லை. காந்தியைத் தனி நாடு கேட்கும் முஸ்லிம் ஆதரவாளர் என்கிற ரீதியில் அரவிந்தரின் குற்றச்சாட்டு அமைகிறது. இப்படியான இன்னும் நிறைய

மேற்கோள்களைச் சுட்டிக்காட்டலாம். அதனால் பயனில்லை. ஏனெனில் அரவிந்தரின் இந்தக் கொடூரமான வெறுப்புரைகளின் ஊடாக அவர் புதிதாக எதையும் சொல்லப்போவதில்லை. ஒரு மனிதருக்குள் இத்தனை வெறுப்புகள் புதைந்து கிடக்கும் என நான் நினைத்துக்கூடப் பார்த்ததில்லை. காந்தியை அரவிந்தர் வெறுத்ததைக் காட்டிலும் யாரும் யாரையும் வெறுத்திருக்கமாட்டார்கள் எனக் கருதினால் அது மிகை இல்லை: மேற்கண்ட அரவிந்தரின் கருத்துக்கள் அனைத்தும் அவர்களின் இணையத்தளத்திலேயே உள்ளன. *Ref: Sri Aurobindo on Gandhi, eSanskriti, May 1, 2019).*

நாம் சுருக்கமாகவேனும் சிலவற்றைக் கவனத்தில் கொள்வது அவசியம். அப்போது வைஸ்ராயாக இருந்த கர்சான் பிரபு *20 July 1905* இல் வங்கத்தை மேற்கு வங்கம், கிழக்கு வங்கம் என இந்துக்கள் வாழ்ந்த பகுதியையும், முஸ்லிம்கள் வாழ்ந்த பகுதியையும் இரண்டு தனித்தனி நிர்வாக அலகுகளாகப் பிரித்தார். அதை எதிர்த்து பிரிட்டிஷ் ஆட்சிக்கு எதிராகப் பெரிய அளவில் கிளர்ச்சிகள் எழுந்தன. பெரிய அளவில் உருவான இக்கிளர்ச்சி ஆயுதப் போராட்டமாகவும் வெளிப்பட்டது. அதில் ஸ்ரீ அரவிந்தர், திலகர் முதலானவர்கள் முன்னின்றனர். எனினும் பெருந்திரள் மக்கள் போராட்டமாக அது மாறவில்லை. காந்தியின் வருகைக்குப் பின்னரே பிரிட்டிஷ் எதிர்ப்பு என்பது பெரும்திரள் மக்கள் போராட்டங்களாக மாறின என்பதை நாம் கருத்தில் கொள்ள வேண்டும்.

அன்றைய இந்தச் சூழலைப் புரிந்துகொள்ள *1900* த்தின் தொடக்கத்தில் இந்திய தேசியப் போராட்டத் தீவிரர்களில் ஒருவரைச் சந்தித்த அனுபவம் குறித்து மிகைல் பாவ்லோவிச் *(Mikhail Pavlovich -1871- 1927)* எழுதியுள்ள ஒரு குறிப்பு நமக்கு உதவும். முதல் உலகப் போருக்கு முன்னும் பின்னும் பாரிசில் ஒரு அகதியாக வாழ்ந்தவர் இந்த பாவ்லோவிச். இந்திய சுதந்திரப் போராட்டக்காரர்களுடன் நெருக்கமாக இருந்தவர். காந்திக்கு முந்திய மேல்தட்டுச் சுதந்திரப் போராட்டக்காரர்களைப் பற்றி அவர் சொல்வது:

"அவர்களது சமூகப் பார்வையைப் பொறுத்தமட்டில் அக் காலத்திய பெரும்பாலான இந்தியப் புரட்சியாளர்கள் மிகவும் பிற்போக்கான கருத்துக்களைக் கொண்டவர்களாகவே இருந்தனர். இந்தியாவை ஆண்ட பிரிட்டிஷ்காரர்களை எதிர்த்த வகையில் வேண்டுமானால் அவர்கள் புரட்சிகரத் தன்மை கொண்டிருந்திருக்கலாம்... அப்படி என்னைச் சந்திக்க வந்த ஒரு இளைஞனை எனக்கு நினைவுக்கு வருகிறது... அது 1909. அவனது தோழர்கள் அவனை 'ரொம்பவும் நம்பிக்கையானவன்' எனச் சொல்லி என்னிடம் அழைத்து வந்தார்கள். தனது நாட்டை அடிமைப்படுத்தியவர்களுக்கு எதிரான போராட்டத்தில் இவன் உயிரையும் கொடுப்பான் என்றனர். "தேசிய விடுதலை குறித்த கருத்துக்களைப் பெரிய அளவில் மக்கள் திரளிடம் நாம் கொண்டு செல்ல வேண்டும், குறிப்பாக அடித்தள தொழிலாளி வர்க்கத்திடம் கொண்டு செல்ல வேண்டும்" என்று நான் சொன்னபோது, அவன் மிகப் பெரிய வியப்பைக் காட்டினான். பிறகு அவன் சொன்னது இன்னும் பெரிய வியப்புக்குரியதாக இருந்தது. அவனது பார்வையில், மேல்தட்டுப் பணக்காரர்கள் மட்டுந்தான் நம்பிக்கையான புரட்சியாளர்களாக இருக்க முடியும்... "எந்த ஒருவரும் ஒரு ஏழையையும் விலைக்கு வாங்கிவிட முடியும். ஏழைகளுக்கு இந்தியா பற்றி என்ன தெரியும்?" என்றான் அவன். நான் சந்தித்த பல இந்தியப் போராளிகள் இத்தகைய பிற்போக்கான கருத்தையே கொண்டிருந்தனர்...."

பாவ்லோவிச்சின் அனுபவக் கூற்று இது.

இந்திய சுதந்திரப் போராட்டத்தை ஆய்வுசெய்யும் யாரும் இதைப் புரிந்துகொள்ள இயலும். அரவிந்தர், திலகர், குதிராம் போஸ்... இப்படியானவர்கள் பிரிட்டிஷ் ஆட்சிக்கு எதிராக மேற்கொண்ட பிரிட்டிஷ் எதிர்ப்பு என்பது இப்படி எளிய மக்களை நம்பாத, உயர் சாதித் தலைமையிலான ஆயுதப் போராட்டமாகத்தான் இருந்தது.

அதில் ஒரு மிகப் பெரிய பண்பு மாற்றத்தைக் கொணர்ந்தவர் மகாத்மா காந்தி. பெரிய அளவில் அடித்தள மக்களைப்

போராட்டத்திற்கு ஈர்த்து அடித்தள மக்களின் போராட்டமாக இந்தியச் சுதந்திர இயக்கத்தை மாற்றினார் அவர். சென்ற நூற்றாண்டில் ஆசியாவிலேயே மிகப் பெரிய அளவில் மக்கள் திரள் போராட்டத்தை நடத்தியது, 1916 இல் இந்திய அரசியலில் தீவிரமாகக் களம் இறங்கிய மகாத்மா காந்திதான் என இன்றைய வரலாற்றாசிரியர்கள் எழுதுவதற்கு இது இன்னொரு சான்று.

காந்தி சுத்திய இராட்டை, மேற்சட்டை போடாத அவரது மேனி, எளிய மக்களைப் பெரிய அளவில் களத்தில் இறக்கியது ஆகியவற்றைக் கொண்டு காந்தியை நாம் சனாதனி என நினைத்தால் அதைக்காட்டிலும் அபத்தம் ஏதுமில்லை. பெரிய அளவில் பெண்களையும் அவர் போராட்டத்தில் இறக்கினார். சரியாக யோசித்துப் பார்த்தால் ஒன்று விளங்கும். காந்தி, நேரு முதலானோர் மிகவும் நவீனமானவர்கள். அரவிந்தர் முதலானோர் மிகவும் பழமைவாதிகள். சனாதனிகள். சுதந்திரப்போராட்டம் காந்தி வசம் ஆனபோது அரவிந்தர் முதலான இந்த முதற்கட்டத்தினர் இந்தப் பெருந்திரள் மக்கள் போராட்டத்தில் ஒன்ற முடியாதவர்களாகி ஒடுங்கினர். பிரிட்டிஷ் அரசாலும் இப்படி வன்முறையைக் கையில் எடுத்தவர்களையும், அவர்களின் அமைப்புகளையும்தான் மிக எளிதாக முடக்க முடிந்ததே ஒழிய, காந்தியின் பெரும் மக்கள் திரள் போராட்டத்தை அவர்களால் ஒடுக்க முடியவில்லை.

காந்தி மிகப் பெரிய அளவில் அடித்தள மக்களைக் களத்தில் இறக்கியது மட்டுமல்லாமல், தீண்டாமை, ஒரு குறிப்பிட்ட சாதிப் பெண்களைப் பொட்டுக் கட்டித் தேவதாசிகளாக ஆக்குதல் முதலானவற்றிற்கு எதிடாகவும் எழுந்தபோது இந்த முதற் கட்டத்தினர் காணாமல் போனார்கள். காந்தியின் பிரார்த்தனைக் கூட்டங்கள் முதலியன மக்களைச் சாதி, தீண்டாமை வேறுபாடுகள் இன்றி ஒருங்கிணைப்பதற்கு வழியாயின. ஒன்றாக இருந்த அன்றைய இந்தியத் துணைக் கண்டத்தில் முஸ்லிம்கள் பெரிய அளவில் இருந்தனர். கிலாஃபத் இயக்கத்தின் ஊடாக இந்து - முஸ்லிம் ஒற்றுமைக்கும் வழி வகுத்தார் காந்தி. ஒத்துழையாமை இயக்கம், சிறை நிரப்பும்

போராட்டங்கள் என அவரால்தான் மக்களைத் திரட்டவும் முடிந்தது. அதனூடாக வெள்ளையர்களை விரட்டவும் முடிந்தது. கவிஞனாகவும், பத்திரிகையாளனாகவும் இருந்த மகாகவி பாரதி போன்றோரும் இந்த மாற்றத்தைச் சரியாகப் புரிந்துகொண்டு மனப்பூர்வமாக காந்தியை "வாழ்க நீ எம்மான் இந்த வையத்து நாட்டில் எல்லாம்" என்று 'மகாத்மா காந்திப் பஞ்சகம்' இயற்றிக் கொண்டாடவும் நேர்ந்தது. அரவிந்தர் முதலானோர் அன்றைய பாண்டிச்சேரிக்கு இடம் பெயர்ந்து ஒடுங்க நேர்ந்தது. அரவிந்தர் தன் வாழ்க்கையையே பாண்டிச்சேரியில் முடித்துக்கொள்ள வேண்டியவராக ஆனபோதும் இறுதிவரை, ஏன் இன்று வரை அந்த உள்ளூர் மக்களின் அன்பையும் ஆதரவையும் அவரும் அவரது ஆசிரமும் பெற இயலாமற்போனதையும் நாம் கவனத்தில் கொள்வது அவசியம்.

இவை மட்டுமல்ல, இவர்கள் மட்டுமல்ல தயானந்த சரஸ்வதி, அரவிந்தர், கோல்வால்கர், ஹெட்கேவர் என எல்லோரையும் காட்டிலும் காந்தியே மக்களைப் பெரிய அளவில் ஈர்த்தவர். காந்தியை வெறுத்தவர்களால் ஒன்றைத்தான் வெற்றிகரமாகச் செய்ய முடிந்தது. மகாத்மா காந்தியை ஒரு பிரார்த்தனைக் கூட்டத்தில் வைத்துச் சுட்டுக் கொன்றதுதான் அது. அது மட்டுமல்ல, அன்று எல்லோரும் கீதைக்கு உரை எழுதினார்கள். போர்க்கள நியாயங்களைப் பேசிய, இறை அவதாரத்தால் இயற்றப்பட்ட புனித பகவத் கீதையையே சமாதானத்திற்கான ஒரு காவியமாக மாற்றி எழுதும் வல்லமையும், நியாயமும்கூட அவரிடம் மட்டும்தான் இருந்தது.

அதனால்தான் அவர் மகாத்மா. அவர் மட்டுமே மகாத்மா.